யார் அழைப்பது !

சுஜாதா நடராஜன்

Copyright © Sujatha Natrajan
All Rights Reserved.

This book has been published with all efforts taken to make the material error-free after the consent of the author. However, the author and the publisher do not assume and hereby disclaim any liability to any party for any loss, damage, or disruption caused by errors or omissions, whether such errors or omissions result from negligence, accident, or any other cause.

While every effort has been made to avoid any mistake or omission, this publication is being sold on the condition and understanding that neither the author nor the publishers or printers would be liable in any manner to any person by reason of any mistake or omission in this publication or for any action taken or omitted to be taken or advice rendered or accepted on the basis of this work. For any defect in printing or binding the publishers will be liable only to replace the defective copy by another copy of this work then available.

பொருளடக்கம்

முன்னுரை	v
1. அத்தியாயம் 1	1
2. அத்தியாயம் 2	4
3. அத்தியாயம் 3	8
4. அத்தியாயம் 4	12
5. அத்தியாயம் 5	15
6. அத்தியாயம் 6	18
7. அத்தியாயம் 7	22
8. அத்தியாயம் 8	26
9. அத்தியாயம் 9	30
10. அத்தியாயம் 10	36
11. அத்தியாயம் 11	43

முன்னுரை

இக்கதை பெண் சாபத்தை மையமாக வைத்து புனை‌யபட்ட புனைவுக்கதை. இக்கதை போட்டியில் வெற்றியை தேடி தந்து. இக்கதையை வாசித்து உங்கள் மேலான கருத்‌துக்களை பகிர்ந்திடுங்கள்.

1

யார் அழைப்பது !

அத்தியாயம் - 1

"என்னை நம்ப வைத்து மோசம் செய்த இந்த வம்சத்தில் பிறக்கும் பெண் குழந்தைகள் திருமண வயதில் அகால மரணத்தை அடைவார்கள். அதைப் பார்த்து அவளது பெற்றோர் துடிதுடிப்பர். அதைப் பார்த்து நான் ரசிப்பேன். இது நான் தரும் சாபம். என் அன்பு உண்மையானது எனில் இதை நிறைவேற்று இறைவா ! " எனச் சத்தமிட்டவள் அந்த மண்டபத்தின் மாடியில் இருந்து பின்புறம் உள்ள கிணற்றில் குதித்து உயிர்விட்டாள்.

திடுக்கிட்டு கண்விழித்து எழுந்தாள் மாதுரி. "அம்மா... " என்ற அவளின் அலறல் குரல் கேட்டு அருகே படுத்திருந்த அவள் அன்னையும் உறக்கம் கலைந்து எழுந்திட... "என்னாச்சு மாது ? " என்று வினவினார்.

"ஒண்ணுமில்ல அம்மா ஏதோ கெட்ட கனவு. "

"கெட்ட கனவா ? " என்று கேட்டு அதிர்ந்த அவள் அன்னை சரஸ்வதி... "இரு வரேன்... " எனக் கூறி எழுந்து சென்றார். சுவற்றில்

மாட்டியிருந்த சாமி புகைப்படத்தின் முன்பு வைத்திருந்த திருநீற்றுப் பொட்டலத்தை எடுத்து வந்தவர்... "முனியப்பா... என் புள்ளையைக் காப்பாத்து. " என்ற வேண்டுதலுடன் அந்தத் திருநீற்றை அவள் நெற்றியில் பட்டையாக இட்டுவிட்டார்.

"என்னம்மா இதெல்லாம் ? " என்றவள் அதை அழிக்கப் போக.

"அழிக்காதே மாது. நாளைக்கு முதல் வேளையா உன்னை நம்ம குலசாமி முனியப்பன் கோவிலுக்குக் கூட்டிக்கிட்டு போகனும். அங்க ஒரு தாயத்து வாங்கிக் கட்டனும். " என்ற சரஸ்வதி... அவள் கைகளைத் தன் முந்தானையுடன் சேர்த்து கட்டினார்.

"அம்மா... என்ன பண்றே ? நான் என்ன ஓடியா போயிடுவேன். இதெல்லாம் கொஞ்சமும் சரியில்ல. " என்று கோபத்தில் கத்தினாள் மாதுரி.

"மாதுரி... இது உன்னை நம்பாம கட்றதா நினைக்காதே. உன் பாதுகாப்புக்கு கட்றேன். உனக்குத் தெரியுமில்ல... உன் பெரியப்பா பிள்ள... உன் அக்காவுக்கு என்னாச்சுன்னு. நம்ம குடும்பத்துக்கு ஏதோ சாபம் இருக்காம். அதான் வயசு பிள்ளைகளைக் காவு வாங்குதுன்னு சொல்றாங்க. இதுவரை இந்த வம்சத்தில் பொம்பள புள்ளைங்க தங்கினதே இல்ல. உனக்கும் ஏதாவது ஆகிடுமோன்னு பயமா இருக்கு. அதான் உன் கூடவே இருக்கேன். " என்ற சரஸ்வதி... அவளைச் சமாதானம் செய்ய முயன்றார்.

"அதெல்லாம் சும்மா... அக்கா சாவுக்குக் காரணம் விபத்து. அது தற்செயலா நடந்தது. உனக்கு என் மேல சந்தேகம். நான் யாரோட பேசினாலும் குறுகுறுன்னு பார்க்கற... இப்ப இப்படிக் கையைக் கட்டிப்போட்டு... என்னை எங்கையும் போக விடாம செய்ய நினைக்கற. உன் எண்ணம் நடக்காது. நான் போறேன்.... " என்று ஆவேசம் வந்தவளாகக் கத்திய மாதுரி... தன் அன்னையின் முந்தானையைக் கைகளில் இருந்து பிரித்தாள்.

"மாது... வேண்டாம் டி. சொன்னா கேளு. ஏங்க... டேய் ராசு... யாராவது வாங்களேன். " என்று சரஸ்வதி கத்தி தன் கணவனையும் மகனையும் அழைக்க... உக்கிரமானாள் மாதுரி.

"உன் மகனையும் புருஷனையும் கூப்பிட்டு என்னைத் தடுக்கப்பாக்கறையா ? அது நடக்காது.... " என்ற மாதுரி கோரமாகச் சிரித்துவிட்டு.... படுக்கையிலிருந்து வீரிட்டு எழுந்தாள். அவள் கைகளைப்

பிடித்துத் தடுத்தாள் சரஸ்வதி.

"மாது... அமைதியா இரு. முனியப்பா... என் பிள்ளை காப்பாத்து. " என்று கூச்சலிட ஆரம்பித்தார் சரஸ்வதி. அவரின் சத்தம் கேட்டு அங்கு வந்தனர் ராசுவும் அவன் தந்தையும்.

"என்னாச்சு அம்மா ? "

"இவளை பாரு டா என்னவோ மாதிரி பேசறா ? எனக்குப் பயமா இருக்கு. பிடி டா... திமிறிகிட்டு ஓட பார்க்கறா... "

"என்னைப் பிடிக்க நினைக்காதே ராசு. நான் போறேன்.... " என்ற மாதுரி வீட்டில் இருந்து புயலென வெளியேறினாள். அவளைத் தொடர்ந்தனர் ராசுவும் அவன் குடும்பமும்.

"பாப்பா... நில்லு... " என்று கத்தியபடியே ராசு அவளைத் தொடர... அவன் சத்தம் கேட்டு அக்கம் பக்கம் இருந்த உறவுகளும் நட்பும் அவனைப் பின் தொடர்ந்தனர். வீட்டில் ஆரம்பித்த மாதுரியின் ஓட்டம்... அந்த ஊரின் மையத்திலிருந்த ஒரு பாழடைந்த கட்டிடத்தின் உச்சியை அடைந்த பின் தான் நின்றது. அவளைத் தொடர்ந்து வந்த ஊரும் உறவும் விக்கித்து நிற்க. சரஸ்வதி கதறினார்.

"மாது... கீழ வாம்மா... "

ராசு அந்தக் கட்டிடத்தின் மேலே ஏற முயன்றான். பாதி இடிந்த நிலையில் அங்கங்கே முளைத்திருந்த செடி கொடிகள் அவனை மேலே ஏறவிடாமல் தடையாக நின்றது. இவள் எப்படி இத்தனை எளிதாக மேலே ஏறினாள் ? என்ற கேள்வி மலையாக அவன் மனதில் எழுந்து நின்றாலும்... அதை ஓரமாக வைத்துவிட்டு... அவளை நெருங்க வழி தேடினான் ராசு.

இடிந்த செங்கல் சுவரில் அங்கங்கே இருந்த பொத்தலில் கால் வைத்து... அந்தக் கட்டிடத்தின் மேலே ஏறிவிட்டான் ராசு. அவன் வந்-துவிட்டதை உணர்ந்த மாதுரி... "வந்துட்டியா ? காப்பாத்திடுவியா ? " என்று கேட்டுக் கோக்கரித்துச் சிரித்தவள்.... அப்படியே பின்புறமாகச் சாய... அந்தக் கட்டிடத்தின் மேலிருந்து கீழே இருந்த பாழும் கிணற்றில் விழுந்தாள். அவளைப் பிடிக்க முயன்ற ராசுவும் கிணற்றில் விழப்போக... அவன் தோழர்கள் அவனைப் பிடித்து நிறுத்திவிட்டனர்.

2

அத்தியாயம் - 2

"அப்பா... என்னப்பா பலமான யோசனை. " என்று கேட்டபடியே வந்தாள் தீக்ஷிதா. தன் சிந்தனை கலைத்துத் திரும்பினான் ராஜேஷ்வ-ரன் (எ) ராசு.

"ஆங்... ஒண்ணுமில்ல பாப்பா. ஏதோ யோசனை. "

"அப்பா...என்னைப் பாப்பான்னு

கூப்பிடாதீங்கன்னு எத்தனை தடவை சொல்றது. நான் வளந்துட்-டேன். இன்னும் என்னைப் பாப்பான்னு

கூப்பிட்டு... குழந்தை மாதிரி ட்ரீட்

பண்றீங்க. என் பிரண்ட்ஸ் எல்லாம் கிண்டல் பண்றாங்க. " என்றாள் சிணுங்கலுடன்.

"நீ எத்தனை பெரியவளா வளர்ந்தாலும்... எனக்குச் சின்னக் குழந்தை தான். " என்ற ராசு அவள் தலையை வருடிக் கொடுத்தான்.

"அப்பா... எனக்கு இந்த வருஷ படிப்பு முடியப்போகுது. இன்னும் இரண்டு நாளில் கடைசிப் பரிட்சை. அது முடிஞ்சதும் லீவ்வு விட்டு-டுவாங்க. நான் இந்த லீவ்வுக்கு ஊருக்குப் போய்த் தாத்தா பாட்டியை பார்த்துட்டு வரேன். " என்று தீக்ஷிதா கூற பதறினான் ராசு.

"இல்ல பாப்பா... நான் தாத்தா பாட்டியை இங்கையே வரச்சொல்-றேன். "

"ஏன்ப்பா... இப்படிப் பண்றீங்க. சின்ன வயசில் அங்க போனது. அதுக்கு அப்புறம் என்னை மட்டும் அங்க கூட்டிக்கிட்டு போகவே மாட்-டீங்கறீங்க. என்னை இந்த அம்மாவோட பொறந்த வீட்டில் விட்டுட்டு நீங்களும் இந்த அம்மாவும் மட்டும் போயிட்டு வரீங்க. இல்லன்னா...

பாட்டியும் தாத்தாவும் இங்க வராங்க. ஏன் என்னை மட்டும் அங்க கூட்டிக்கிட்டு போகவே மாட்டேங்கறீங்க ? " என்று கோபமாகக் கேட்டாள் தீக்ஷிதா.

அவள் கோபம் கண்டு அதிர்ந்த ராசு... "அதெல்லாம் ஒண்ணுமில்ல பாப்பா. உனக்குக் கிராமம் வசதிப்படாதுன்னு தான். வேற எதுவும் இல்லை... " எனக் கூறி அவளைச் சாந்தப்படுத்தினான்.

"உங்ககிட்ட கேட்டா விடமாட்டீங்க.... நான் பார்த்துக்கறேன். " என மனதில் நினைத்த தீக்ஷிதா... சமாதானம் அடைந்தவளாகக் காட்டிக்கொண்டாள்.

"ஓகே... ஓகே... ஆனா ஊனா கட்டிப்பிடி வைத்தியம் செஞ்சிட வேண்டியது. நான் எங்கையும் போகல. விடுங்க.... " என்றுவிட்டு டீ.வியை இயக்கிவிட்டு நாற்காலியில் அமர்ந்தாள்.

ராசுவின் முகம் பயத்தில் வெளிறி... பின் நிம்மதியில் தளர்ந்தது. பல வருடங்களுக்கு முன் தன் கண் முன்னே நடந்த தங்கையின் இறப்பும்... அதைத் தொடர்ந்து அவனுக்கு நடந்த திருமணமும்... அவனுக்குப் பெண் குழந்தை பிறந்ததும் நினைவுக்கு வந்தது.

"ராசு... உனக்குப் பொம்பள புள்ள பொறந்திருக்கு. " என்று அவன் அன்னை சரஸ்வதி கைகளைப் பிசைந்தபடி கூறினார்.

"அம்மா... என் தங்கச்சியை இழந்த மாதிரி என் பிள்ளையை இழக்க மாட்டேன். இந்த ஊரிலிருந்தா தானே... அகால மரணம் நடக்கும். நான் இந்த ஊரை விட்டே போறேன். என் பிள்ளைக்காக. என் பிள்ளையை எந்தச் சாபம் காவு வாங்குதுன்னு பார்க்கறேன். " என்று சபதமிட்டவன்... தன் மனைவி பிள்ளையோடு மாநகரத்தில் குடிபுகுந்தான்.

ராசு எலக்ட்ரானிக் டிப்ளமோ படித்திருந்தான். ஒரு கடைப் பிடித்து... சொந்த தொழில் செய்து முன்னுக்கு வந்துவிட்டான். மகள் பருவம் எய்திய பின் அவனுக்கும் அந்தச் சாபத்தின் பயம் நெஞ்சைப் பிடித்துக்கொண்டது. அதிலிருந்து விடுபட முடியாமல் தவிக்கிறான். அதன் காரணமாகவே மகளைக் கிராமத்திற்கு அழைத்துச் செல்லாமல்... தவிர்த்து வருகிறான். இது எதுவும் அறியாத தீக்ஷிதா... தந்தைக்குத் தெரியாமல் ஊருக்குச் செல்ல திட்டமிட ஆரம்பித்தாள்.

அவளின் திட்டம் அறியாத ராசு... மகள் சமாதானம் அடைந்துவிட்டதாக நினைத்து கடைக்குக் கிளம்பினான்.

"ராசாத்தி... நான் கடைக்குப் போயிட்டு வரேன். பாப்பாவைப் பார்த்-துக்கோ. " என்று மனைவியின் காதருகே சென்று கிசுகிசுத்துவிட்டு

இல்லத்திலிருந்து வெளியேறினான்.

"இவருக்கு என்னதான் அச்சோ... எப்ப பார்த்தாலும் அந்தப் புள்-ளையைக் கைக்குள்ளையே வெச்சிக்கச் சொல்றாரு. " என்று நினைத்-தபடியே சமையல் வேலையைப் பார்த்துக்கொண்டு இருந்தாள் ராசாத்தி.

அலுங்காமல் தன்னறைக்குச் சென்ற தீக்ஷிதா... கல்லூரி பையில் நான்கு ஐந்து உடைகளை எடுத்து வைத்தாள். நாளை மறுநாள் பரீட்சை முடிந்ததும்... கல்லூரியிலிருந்து கிளம்பி... ஊருக்குச் சென்றுவிடலாம் என்று முடிவெடுத்தாள்.

அதே வேளையில் கடைக்குச் சென்ற ராசு... கைப்பேசியில் யாரு-டனோ பேசினான். "என்ன ஏதுன்னு விசாரிக்க முடிஞ்சுதா ? "

"இல்ல... நம்ம சொந்தத்துல பாதிப் பேருக்கு... சாபம் இருக்குன்னு மட்டும் தான் தெரியுது. என்ன சாபம் ? யாரு கொடுத்தான்னு யாருக்கும் தெரியல. ஆனா... நம்ம வம்சத்தில் பொறந்த பொம்பள புள்ளைங்க தங்கினதே இல்லங்கறது மட்டும் நெசம். பல பேரு சொல்லிட்டாங்க.இப்ப நம்ம வம்சத்தில் இருக்கற கடைசிப் புள்ள... உங்க மக தான். அவளைப் பத்திரமா பார்த்துக்கனும். "

"நான் கவனமா பார்த்துக்கறேன். நீ இன்னும் யாருக்காவது தெரி-யுமான்னு விசாரி. நான் அடுத்த வாரம்... அம்மா அப்பாவை கூட்டி வர... ஊருக்கு வருவேன். அப்ப நேரில் பேசிக்கலாம். "

"அப்ப சரி... நான் அதுக்குள்ள இன்னும் கொஞ்சம் விசாரிக்கறேன். "

"சரி வெச்சிடறேன். " என்ற ராசு அழைப்பை துண்டித்தான்.

அவன் தங்கை கடைசியாக உச்சரித்த வார்த்தைகள் அவன் செவி-களை மீண்டும் மீண்டும் வட்டமிட்டது. "வந்துட்டியா ? காப்பாத்திடுவியா ? " என்று கேட்டு அவள் சிரித்த சிரிப்பும் அவளின் முடிவும் அவனை உறங்கவிடாமல் இம்சித்தது.

"இல்ல... என் மகளுக்கு எதுவுமாக விடமாட்டேன். அவளை நான் காப்பாத்துவேன். என் உயிரை கொடுத்தாவது காப்பாத்துவேன். " எனக் கூறிக்கொண்டான்.

ஊரிலிருந்த அந்த மண்பத்தில் சிரிப்புச் சத்தம் சில கணம் ஓங்கி ஒலித்து அடங்கியது. இங்கே தீக்ஷிதா... ஊருக்குச் செல்ல தயாராக

இருந்தாள்.

3

அத்தியாயம் - 3

"அம்மா.. நான் காலேஜ் போயிட்டு வரேன். " என்று கிளம்பி வந்தவளை மேலும் கீழும் பார்த்தாள் ராசாத்தி.

"என்ன இன்னைக்குச் சீக்கிரம்

கிளம்பிட்ட. டிப்பன் இன்னும் ரெடியாகல. பத்து நிமிஷம் இரு... தோசை சுட்டுத்தரேன். சாப்பிட்டு போ. "

"உன் தோசையை நீயே சாப்பிடு. நான் கேன்டீனில் சாப்பிட்டுக்கறேன். " என்றவள் தன் தந்தையின் சட்டைப்பையிலிருந்து காசெடுத்தாள்.

ராசு குளியலறையில் இருந்தான். "அப்பா... நான் காலேஜ் கிளம்பிட்டேன். செலவுக்கு உங்க சட்டை பையில் இருந்து காசு எடுத்துக்கிட்டேன். " என்று அறிவிப்பு போலக் கூறிவிட்டு வீட்டை விட்டு வேகமாக வெளியேறினாள்.

"ஹப்பா... ஒரு வழியா அப்பா கண்ணில் சிக்காம... வந்துட்டோம். மதியம் பரீட்சை எழுதி முடிச்ச கையோட பஸ் ஏறிடனும். " என்று நினைத்த படியே கல்லூரி சென்றாள்.

ராசு கடைக்குச் சென்றதும் தான் கவனித்தான்... சட்டைப் பையிலிருந்த காசு மிகவும் குறைந்து இருப்பதை. "பாப்பா... இவ்வளவு காசு எடுக்க மாட்டாளே. ஒருவேளை ராசாத்தி எடுத்திருப்பாளோ ! " என நினைத்தவன் ராசாத்திக்கு அழைத்தான்.

"சொல்லுங்க மாமா... "

"ஏன் புள்ள சட்டைப்பையில் இருந்து காசு எடுத்தியா ? "

"நான் எங்க எடுத்தான். இல்ல என்னை எடுக்கத் தான் விட்டுடு-வீங்களா ? உங்க அரும மக தான் எடுத்திருப்பா. "

"இந்தா... வம்பளக்காதே. பாப்பா எதுக்கு ஆயரம் ரூவா எடுக்கப் போறா ? அவளுக்கு நாள் செலவுக்கு நூறோ... எறநூறோ தான் எடுப்பா. "

"எது ஆயிரம் ரூபாயை காணமாம் ? "

"ஆமாம் புள்ள... உண்மையைச் சொல்லு. உன்னைத் திட்ட மாட்-டேன். நீ எடுத்தியா ? "

"இல்ல மாமா... நான் எடுக்கல. "

"அப்ப எங்க போயிருக்கும். "

"ஒருவேளை கடையில் கல்லாப் பெட்டி வெச்சி இருப்பீங்க. நல்லா பாருங்க. "

"இல்ல புள்ள... இங்க இல்ல. நான் நல்லா தேடிட்டேன். "

"சரி... சாயந்தரம் உங்க மக வந்ததும் விசாரிக்கலாம். போனுக்குக் காசு போட எதுவும் எடுத்தாளோ... என்னவோ. "

"சரி... பாப்பா கிட்ட நானே கேட்டுக்கறேன். நீ எதுவும் சத்தம் போடாதே. " என்றுவிட்டு அழைப்பைத் துண்டித்தான் ராசு.

"ம்க்கூம்... இவங்க மகளை ஒன்னு சொல்லிடக் கூடாது. போற வீட்-டுல சரியா வளக்கலன்னு... என்னைத் தானே திட்டுவாங்க. " என நொந்த படியே பாத்திரங்களைக் கழுவினாள் ராசாத்தி.

தீக்ஷிதா... பரீட்சை முடிந்ததும்... மாநகரப் பேருந்து நிலையம் சென்-றவள் தன் சொந்த ஊருக்குச் செல்லும் பேருந்தில் ஏறி அமர்ந்தாள். "நான் வரேன்... " என்றது அவள் உதடுகள்.

"வா... வா... உனக்காகத் தான் காத்திருக்கேன். " என்றது ஒரு குரல் அவள் காதருகே. அவள் உதடுகள் விரிந்து புன்னகையைப் பூசிக்-கொண்டது.

மாலை மங்கும் நேரமாகியும் தீக்ஷிதா இல்லம் திரும்பாமல் இருக்-கவே... ராசாத்தி தன் கணவனுக்கு அழைத்தாள்.

"ஏங்க பாப்பா இன்னும் வீட்டுக்கு வரல. " என்ற ராசாத்தியின் வார்த்தைகளைக் கேட்டு விக்கித்துப் போனான் ராசு.

"என்ன புள்ள நீ... இப்ப சொல்றே... முன்னாடியே சொல்லி இருக்-கலாம் இல்ல. " என்று படபடத்தான் ராசு

"இல்ல மாமா... இன்னைக்குக் கடைசி நாளு. பரீட்சை முடிச்சதும் பிரண்ட்ஸோட... ஆட்டம் போட்டுட்டு நேரம் கழிச்சி தான் வருவான்னு நினைச்சேன். அதான்... இன்நேரம் வரை காத்திருந்தேன். " என்றாள் ராசாத்தி சிறிய விசும்பலுடன்.

"பாப்பாவோட பிரண்ட்ஸுக்கு போன் போட்டியா ? "

"ரேவதிக்குப் போட்டேன். அவ எடுக்கல. எனக்குப் பயமா இருக்கு மாமா. நீங்க நேரில் போய் ஒரு எட்டு பார்த்துட்டு வாங்களேன். "

"இரு... நான் போய்ப் பார்த்துட்டு கூப்பிடறேன். அதுக்குள்ள பாப்பா வந்தாஎனக்குக் கூப்பிடு. "

"சரிங்க மாமா... "

"இந்தா புள்ள... ஒருவேளை நான் விசாரிக்கறதுக்குள்ளையே பாப்பா வந்துச்சின்னா... அதைக் கோவப்படுத்தர மாதிரி எதுவும் பேசிடாதே. நான் வர வரைக்குக் கம்முன்னு இரு. " என்று சிறிய எச்சரிக்கை விடுத்துவிட்டுக் கடையிலிருந்து கிளம்பினான் ராசு.

நேராகத் தீக்ஷிதாவின் நெருங்கிய தோழி ரேவதியின் வீட்டுக்குத் தன் இரு சக்கர வாகனத்தை விட்டான்.

"ரேவதி... " என்று அழைத்துவிட்டுக் காத்திருந்தான் ராசு.

"ராசுப்பா... வாங்க. ஏன் அங்கையே நிக்கறீக்க ? " என்றபடியே வந்தாள் ரேவதி.

"கண்ணு... பாப்பா இன்னும் வீட்டுக்கு வரல. அதான் இங்க இருக்காளான்னு பார்க்க வந்தேன். "

"அப்பா... அவ தாத்தா பாட்டியை பாக்க... ஊருக்கு போறேன்னு சொன்னா. நான் தான் பஸ் ஏத்திவிட்டேன். ஊருக்கு போயிட்டு உங்களுக்குக் கூப்பிடறதா சொன்னா... இன்னும் கூப்பிடலையா ? " என்று ரேவதி கேட்க.

"ஊருக்கு போயிட்டாளா ? " என்று அதிர்வில் உறைந்தான் ராசு.

"அப்பா... அப்பா... " என அழைத்து அவனைக் கலைத்தாள் ரேவதி.

"ஸாரிப்பா... அவ உங்ககிட்ட சொல்லிட்டு தான் போறதா சொன்னா. உங்களுக்குத் தெரியாதுன்னு எனக்குத் தெரியாது. தெரிஞ்சிருந்தா... முன்னாடியே சொல்லி இருப்பேன். " என்ற ரேவதியின் வார்த்தைகள் எதுவும் ராசுவின் காதில் விழவில்லை. அந்தக் கோர சிரிப்போசை அவன் செவியை வட்டமிட்ட.... கால் விரைந்தது அவன்

இல்லம் நோக்கி.

ஊருக்கு சென்ற தீக்ஷிதா... பேருந்திலிருந்து இறங்கி தன் தாத்தா பாட்டி வீடு நோக்கித் துள்ளலுடன் நடந்தாள்.

"வீட்டுக்குப் போனதும்... அப்பாவுக்குப் போன் பண்ணிடலாம். பாவம் பயந்திடுவாரு. ஒரு இரண்டு நாள் இருந்திட்டு வரேன்னு சொல்லி கன்வீன்ஸ் பண்ணிடலாம். அதுக்கு அப்புறம் இங்க ஜாலியா இருக்கலாம். ஏரியில குளிச்சிட்டு... சிட்டுவோட விளையாடிக்கிட்டு... ஆலமரத்தில் தொங்கிகிட்டுத் திரியலாம். ஒரு மாசம்... இப்படியே ஓட்டிடனும். " என்று எண்ணமிட்டபடியே நடந்தவள் அந்த மண்டபத்தைக் கண்டு ஸ்தம்பித்து நின்றாள். அந்த மண்டபம் அவளை "வா... வா..." என்று அழைப்பதை போல உணர... அதை நெருங்கிச் சென்றாள்.

"வந்துட்டியா... " என்ற குரல் சிரித்து அடங்கியது.

4

அத்தியாயம் - 4

அந்த மண்டபத்தை நெருங்கியவள்... அதன் உள்ளே நுழைந்தாள். பாதிக்கு மேல் இடிந்த நிலையிலிருந்த அந்த மண்டபத்தை அங்கும் இங்கும் பார்த்து வெறித்தாள். அவள் மனம் பிசகியது. இனம் புரியாத அச்சம் அவள் தொண்டையைப் பிடித்து நெருக்கியது. அவள் அந்த மண்டபத்தில் இடித்திருந்த படிகள் வழியே ஏறி மேலே சென்றாள். நான்கு திக்கும் வெறித்து வெறித்துப் பார்த்தவள்... அந்தக் கிணறு இருந்த இடத்தை நெருங்கி நின்றாள். கீழே குனிந்து பார்த்தவளுக்குத் தலை கிறுகிறுத்தது. தடுமாறி விழப்போனாள்... அப்போது ஒரு கரம் அவளை இழுத்துப் பிடித்தது. அதில் சிந்தை தவறியவள் மயங்கிச் சரிய... அவளை இழுத்த கரம் அவளைப் பூப்போலத் தூக்கிச் சென்றது.

*****

ரேவதி கூறிய செய்தியைக் கேட்டு இல்லம் விரைந்த ராசு... "ராசாத்தி சீக்கிரம் கிளம்பு. நாம இப்பவே ஊருக்கு போகனும். பாப்பா அங்க தான் போயிருக்கலாம். " என்று கூறிய படியே தன் கைப்பேசியை எடுத்து தன் அண்ணன் மகன் மருதுவுக்கு அழைத்தான்.

"ஊருக்கு போயிருக்காளா ? ஹப்பா... இப்பதான் எனக்கு மூச்சே வருது. " என்று ராசாத்தி கூற அவளைக் கனல் பார்வை பார்த்தான் ராசு.

"ஊருக்குப் போனது... அவ உயிர் போறதுக்கு.. வாயைப் பிடுங்-காதே.... போய்த் துணிமணியை எடுத்துக்கிட்டுக் கிளம்பு. " என்று அவளிடம் கடுகடுத்தவன்... கைப்பேசியில் அழைப்பு ஏற்கப்பட்டதை

உணர்ந்து கவனத்தை அதில் செலுத்திப் பேசத்தொடங்கினான்.

"மருது... பாப்பா எனக்குத் தெரியாம ஊருக்கு கிளம்பி வந்திருக்கு. மதியம் தான் பஸ் ஏறி இருக்கு. கொஞ்சம் பஸ் ஸ்டேண்டு போய்ப் பாரு. பாப்பா வந்தா.... பத்திரமா பிடிச்சுவை. நான் ஊருக்குக் கிளப்பிட்டேன். இராத்திரி வந்திடுவேன். " என்றான்.

"என்ன சித்தப்பா சொல்றீங்க ? " என்று கேட்டு அதிர்ந்த மருது பின்... "நீங்க பதட்டபடாதீங்க சித்தப்பா. இதுவும் நல்லதுக்குத் தான். நான் பார்த்துக்கறேன். நானும் அப்பவும் இப்பவே பஸ் ஸ்டேன்ட் போறோம். பஸ் வந்து ரொம்ப நேரமாகி இருக்காது. பாப்பா நல்லபடியா தான் இருப்பா. எனக்கு நம்பிக்கை இருக்கு. நீங்களும் சீக்கிரம் கிளம்பி வாங்க. " என்றுவிட்டு அழைப்பைத் துண்டித்தான்.

தன் தந்தையை அழைத்துக் கொண்டு ஊரிலிருந்த பேருந்து நிறுத்தம் நோக்கிப் போனான் மருது.

வழியில்... "மருது... அங்க பாருங்க. " என்ற தன் தந்தையின் குரலுக்குத் திரும்பியவன் கண்ணில் தீக்ஷிதா மயக்கநிலையில் இருப்பதும்... அவளருகே யாரோ சிலர் நின்றிருப்பதும் தெரிய... அவ்விடம் நோக்கி விரைந்தனர் இருவரும்.

"பாப்பா... பாப்பா... " என்று அழைத்தபடி வந்தவர்களைக் கண்ட அந்தச் சிலர் விலகி நின்றனர்.

"இது உங்க பொண்ணுங்களா ? " என்று கேட்டான் ஒரு இளைஞன்.

"ஆமாம்... என்னாச்சு ? எங்க பொண்ணுக்கு ? நீங்க எல்லாம் யாரு ? " என்று கேட்டார் மருதுவின் தந்தை.

"ஐயா... நாங்க யூடியூப்புக்காக வீடியோ எடுக்க இந்த ஊருக்கு வந்தோம். இந்தப் பொண்ணு அந்த மண்டபத்து மேல ஏறி நின்னு... கீழ குதிக்கப் பார்த்துச்சு... "

"ஐய்யோ... " என்றனர் இருவரும்.

"என் நண்பன் தான் இந்தப் பொண்ணைக் காப்பாத்தினான். " என்றவன்... காப்பாற்றிய நண்பனை நோக்கி விரல் நீட்டினான்.

"ரொம்ப நன்றி தம்பி. " என்றார் மருதுவின் தந்தை. அதற்குள் மயக்கம் தெளிந்து எழுந்துவிட்டாள் தீக்ஷிதா. தன்னைச் சுற்றி இருந்தவர்களை வெறித்துப் பார்த்துவிட்டு... தன்னைக் காப்பாற்றியவனை விழிகள் விரித்துப் பார்த்தாள். அவள் பார்வையைத் தவிர்த்தவன் எழுந்து

வேறு பக்கம் சென்றுவிட்டான்.

தீக்ஷிதாவை அழைத்துக் கொண்டு இல்லம் சென்றனர் மருதுவும் அவன் தந்தையும்.

"ரகு... ஏன் டா ஒரு மாதிரியா இருக்க ? " என்று கேட்டு அவனை நெருங்கினான் விமல்.

"அந்தப் பொண்ணு... என்னை டிஸ்டப் பண்ணிட்டா மச்சி. அவ்வளவு தான். " என்றவன் தன் எண்ணத்தை வெளியேற்றினான். "சரி வாங்க... நாம நம்ம வேலையைப் பார்க்கலாம். " என்றவன் நண்பர்களோடு தான் வந்த வேலை பாருக்கச் சென்றான்.

வீட்டில்... தீக்ஷிதா எதுவும் பேசாமல் பிரமை பிடித்தவள் போல அமர்ந்திருந்தாள். அவளைச் சுற்றி மருதுவும் அவன் குடும்பமும் தீக்ஷிதாவின் தாத்தா பாட்டியும் அமர்ந்திருந்தனர். அவளை நினைவுலகுக்குக் கொண்டுவர முயன்று கொண்டு இருந்தனர்.

தீக்ஷிதாவின் பெரியன்னை சீதா... "என் ராசாத்தி இல்ல. இங்க பாருடா... பெரியம்மா உனக்குப் பிடிச்ச சோறு செஞ்சிருக்கேன். ஒருவாய் வாங்கி கோடா... என் கண்ணு இல்ல. " என்று கெஞ்சலுடன் கொஞ்சலாகப் பேசினார்.

அவரையே வெறித்த தீக்ஷிதா... "உங்க சொந்த இரத்தமா இருந்தா... கண்ணே மணியேன்னு கொஞ்சுவீங்க. அதுவே அப்பன் அத்தா இல்லதவளா இருந்தா... உங்க சௌகரியத்துக்கு அவளை ஆட்டி வெப்பீங்க ? உங்க கொட்டத்தை எல்லாம் அடக்கத் தான் டி வந்திருக்கேன். " என்று ஆவேசம் வந்தவளாக பேசினாள் தீக்ஷிதா.

அதைக் கேட்டு வியர்த்துப் போனார் சரஸ்வதி. "ஐய்யோ... என் புள்ள சாகறதுக்கு முன்னாடி... இப்படித் தான் பேசினா. சீதா... பிள்ள கையை மீறி ஓடப்பாப்பா.... அவளைக் கட்டி வைக்கனும். " என்றவர் கயிறை தேட....

"ஏய் சரஸ்வதி... உன் புள்ளைய புடிச்சி வெக்க முயற்சி செஞ்சியே... பலிச்சுதா. சீக்கிரம் கயிறை எடுத்திட்டு வா... அப்பதான்... நான் வெரசா போக முடியும். " எனக் கூறி கோக்கரித்தாள் தீக்ஷிதா.

அதைக் கேட்டு அனைவரும் விக்கித்து நின்றனர். அதே வேளையில் ராசுவும் ராசாத்தியும் ஊரின் எல்லையைத் தொட்டனர். அதை உணர்ந்தவளாக... "வந்துட்டாங்க... வந்துட்டாங்க... " எனக் கூறி இடி இடி எனச் சிரித்தாள்.

5

அத்தியாயம் - 5

"உன் மகனும் மருமகளும் வந்துட்டாங்க சரஸ்வதி. வரட்டும்... வரட்டும்... வந்ததும் இருக்கு. " என்ற தீக்ஷிதாவின் வார்த்தைகள் அனைவரையும் அதிர்ச்சியடைய வைத்தது.

அதே வேளை ராசுவும் கைப்பேசி மூலமாக மருதுவை தொடர்பு கொண்டான். "சித்தப்பா... " என்று திணறலாக அழைத்தவனிடம்... "நாங்க ஊருக்கு வந்துட்டோம் மருது. நீ வண்டி எடுத்துட்டு வரியா ? இல்ல நாங்களே நடந்து வந்திடவா ? " என்று வினவினான் ராசு.

"சித்தப்பா... அது... " என்றவன் தயங்க.

"போடா... போய்... சீக்கிரம் கூட்டிக்கிட்டு வா. அதுவரை நான் எங்கையும் போக மாட்டேன். எதுவும் நடக்காது. பயப்படாம போ.... " என்றாள் தீக்ஷிதா.

அவள் குரலிலிருந்த நிதானம்... மருதுவை யோசிக்க வைத்தது. "அம்மா... நான் போய்ச் சித்தப்பா , சித்தியைக் கூட்டிக்கிட்டு வந்திடறேன். " என்றபடியே வீட்டிலிருந்து வெளியேறினான் மருது.

அவன் வெளியேறிய அடுத்த நொடி... தீக்ஷிதா வேரற்ற மரம் போலச் சாய்ந்தாள். அவளைப் பிடித்துப் படுக்க வைத்தனர் சீதாவும் சரஸ்வதியும்.

பேருந்து நிறுத்தம் சென்ற மருது... ராசுவிடம்... "சித்தப்பா... நீங்க இப்ப வீட்டுக்கு வர வேண்டாம். நாம இப்ப நம்ம குலசாமி முனியப்பன் கோவிலுக்குப் போயிடலாம். அப்பதான் உங்களைத் தேடி... பாப்பா அங்க வரும். " என்றவனை வியப்பாக பார்த்தான் ராசு.

"ஆனா ஏன் ? எதுக்கு இப்படிச் சொல்ற ? " என்று ராசு கேட்க... தீக்ஷிதாவின்

நடவடிக்கைகளை விவரித்தான் மருது.

"சித்தப்பா... நான் விசாரிச்ச வரை... பெத்தவங்க கண்ணு முன்னாடி தான் புள்ளங்க சொத்திருக்காங்க. ஏதோ ஒருவகையில் சாகறதுக்கு முன்னாடி புத்தி பிசங்கி... கோரமா சிரிச்சு... வினோதமா பேசி இருக்-காங்க. இப்ப பாப்பாவும் அப்படித் தான் நடந்துக்குது. அதனால நீங்க இப்ப வந்தா.... அவளைக் கட்டுப்படுத்த முடியாம போயிடலாம். நாம கோவிலில் காத்திருக்கலாம்... விடிஞ்சதும்... இங்க அவளை எப்படியா-வது கூட்டிக்கிட்டு வரலாம். அதுவும் முடியாட்டி... சாமிக்கிட்ட குறியா-வது கேட்போம். ஏதாவது வழி கிடைக்கும். " என்றான் மருது.

"இப்ப நாம அங்க போகலன்னா... பாப்பா ஏதாவது பண்ணிக்கு-மோன்னு பயமா இருக்கு மருது. "

"இல்ல சித்தப்பா... நான் அங்கிருந்து கிளம்பினதும் பாப்பா மயங்கி விழுந்துடுச்சாம். நான் உடனே பாப்பா கையில... சாமி கயிறு கட்ட சொன்னேன். முதலில் திமிறி இருக்கு... எப்படியோ அம்மாவும் பாட்டி-யும் இழுத்துப் பிடிச்சி கட்டிடாங்க. பாப்பா... இப்ப தான் சாப்பிட்டிருக்கு. இராத்திரி நல்லா தூங்கும். காலை வரை பிரச்சனை வராது. எப்படி-யாவது காலையில் பாப்பாவை கோவிலுக்குக் கூட்டிக்கிட்டு வந்திடலாம். அதுவரை... நாம அங்க போகாம இருக்கறது தான் நல்லது. "

"சரி... வா... " என்ற ராசு மருதுவோடு நடந்தான். ராசாத்திக்கு தான் ஒன்றும் புரியவில்லை. "ஏங்க... இங்க என்ன தான் நடக்குது. அப்பனும் மகனும் என்ன பேசறீங்கனே புரிய மாட்டேங்குது. என் புள்-ளைக்கு என்னதான் ஆச்சு ? " என்று தவிப்போடு கேட்டாள்.

"சொல்றேன் வா... " என்ற ராசு... அவள் கைப்பிடித்து அழைத்துச் சென்றான். மூவரும் அந்தப் பாழடைந்த மண்டபத்தை அடுத்து... சற்றுத் தூரம் தள்ளி இருந்த முனியப்பன் கோவிலுக்குச் சென்றனர். இரவின் கருமையும்... அந்தப் பெரிய சிலையின் நிழலும் ஒன்று சேர்ந்து... ஒரு வித பயத்தை ஏற்படுத்தியது. அதைப் பொருட்படுத்தாமல்.... அந்தச் சிலையின் கீழே சென்று அமர்ந்தனர் மருதுவும் ராசுவும். ராசாத்தி உடல் நடுங்க... ராசுவின் கரத்தை இறுக்கப் பற்றிக்கொண்டு அமர்ந்தாள்.

"ராசாத்தி... எனக்கு ஒரு தங்கச்சி இருந்தான்னு உனக்குத் தெரியும் தானே. " என்று கேட்டு அவளைக் கலைத்துத் தன்னைக் கவனிக்க

வைத்தான் ராசு.

"ம்... "

"அவளுக்குக் கல்யாணம் செய்யலான்னு பேச்செடுத்த அன்னைக்கு இராத்திரியே.... பைத்தியம் மாதிரி பேசிக்கிட்டு... அதோ தெரியுதே ஒரு பாழடைந்த மண்டபம்... அது மேல இருந்து கீழ குதிச்சி சொத்து போயிட்டா. அதே மாதிரி தான் என் அக்கா... அதாவது என் பெரியப்பா பொண்ணு... கல்யாணம் செய்யலான்னு சொன்ன அன்னைக்கே... வண்டியில அடிபட்டு சொத்துப்போச்சு. இது ஏதோ சாபம்ன்னு சொந்த பந்தத்தில் ஒரு பேச்சிருக்கு. அது என்ன சாபம்ன்னு விசாரிக்கச் சொல்லி... மருதுகிட்ட சொல்லி இருந்தேன். நம்ம புள்ளைக்கு அது மாதிரி நடந்திட கூடாதுன்னு தான்... அதை இத்தனை நாளும் ஊருக்கு வரவிடாம பார்த்துக்கிட்டேன். "

"இத்தனை விசயம் இருக்கு. ஏன் என்கிட்ட முன்னாடியே சொல்லலே. சொல்லி இருந்தா... நான் இன்னும் கவனமா இருந்திருப்பேன் இல்ல. " என்றாள் ராசாத்தி விசுப்பலுடன்.

"உன்னைத் தேவையில்லாம பயப்படுத்த வேண்டான்னு நினைச்சேன். "

"என்னமோ போங்க... இப்ப அடுத்து என்ன நடக்கும். "

"தெரியல சித்தி... கொஞ்சம் பொறுப்போம். நீங்க வந்ததை யாரும் சொல்லாமையே... பாப்பா சொன்னது... எனக்கே கொஞ்சம் பயத்தைக் கொடுத்துடுச்சு. அதான் உங்களை இங்க கூட்டிக்கிட்டு வந்தேன். விடியட்டும்... " என்றவன் அங்கிருந்து பார்த்த போது.... அந்தப் பாழடைந்த மண்டபத்தின் உச்சியில் தீக்ஷிதா... நின்றிருப்பதைக் கண்டு அதிர்ந்தான்.

"பாப்பா... " என்ற கூவலோடு அவன் எழுந்து ஓட.... "மருது... என்னாச்சு ? " என்ற கேள்வியோடு ராசுவும் ராசாத்தியும் அவனைத் தொடர்ந்தனர்.

6

அத்தியாயம் - 7

"மருது... நானும் இந்த வம்சத்தில் பிறந்த பொண்ணு தான். உன்னிலிருந்து ஏழு தலைமுறைகளுக்கு முன்னாடி நான் பொறந்தேன். என் பேரு பாரிஜாதம். அப்ப இந்த ஊருல... என் தாத்தா தான் பெரிய ஆளா இருந்தாரு. பெரிய அளவுல நிலம் வெச்சி பண்ணையம் பண்ணிக்கிட்டு இருந்தாரு. பெரியப்பா சித்தாப்பா அத்தமாருங்கன்னு... பெரிய குடும்பமா இருந்தோம். ஒவ்வொருத்தருக்கும் கல்யாணம் காட்சியாக... என் தாத்தா ஒவ்வொருத்தருக்கும் தன் சொத்தை பிரிச்சி கொடுத்துட்டாரு. எல்லோரும் அக்கம் பக்கம் வீடுகளில் வாழ ஆரம்பிச்சோம். எங்க அப்பாவுக்கு நானும் எனக்கு ஒரு அண்ணனும். எங்க அம்மா நான் பொறந்ததும் இறந்துட்டாங்க. அதனால என் அப்பா இரண்டாம் கல்யாணம் பண்ணிக்கிட்டாரு. என் சித்திக்கு ஒரு பொண்ணு பொறந்தா... அதுக்கு அப்புறம் அவங்களுக்குக் குழந்தை பிறக்கல. சில வருஷம் கழிச்சி என் அப்பா இறந்துட்டாரு. அவரு இருந்த வரை என்னை நல்லபடியா நடத்தின என் சித்தி... அதுக்கு அப்புறம் என்னைக் கொடுமைப்படுத்த ஆரம்பிச்சாங்க. அவங்க பொண்ணை எந்த வேலையும் செய்யவிடாம பார்த்துக்கிட்டவங்க... என்னை மட்டும் வேலைக்காரியா நடத்தினாங்க. இதை என் அண்ணன் கூடக் கண்டுக்கவே இல்ல. காரணம்... என் சித்தியோட தம்பி மகளை அண்ணனுக்குப் பிடிச்சிருந்தது. அவளைக் கட்டிக்க ஆசைப்பட்டு... சித்தி என்னை என் சொன்னாலும் கண்டுக்காம போயிடுவாரு. என் சித்தியும் என் அண்ணனை பாசமா பார்த்துக்கிட்டாங்க... காரணம்

அவங்களுக்குப் பையன் இல்லையே... அண்ணன் அவங்களைப் பார்த்-துக்காம போயிடுமோன்னு... அவரைத் தாங்கினாங்க. இதை எல்லாம் பார்த்து நான் மனசொடிச்சி போய் மூலையில் உட்கார்ந்து அழுவேன். " என்ற பாரிஜாதம் சற்றே இடைவெளி எடுத்து தன் கதையைத் தொடர்ந்-தாள்.

"என் அண்ணனுக்கும் சித்தியோட தம்பி மகளுக்கும் கல்யாணம் செஞ்சாங்க. அதுக்கு அப்புறம் அண்ணியும் சித்தியோட சேர்ந்து என்-னைப் படாப்படுத்த ஆரம்பிச்சாங்க. நல்ல துணி... நல்ல சாப்பாடு... நல்ல தூக்கம் எதுவுமே இல்லாம போயிடுச்சு. ஒருநாள் எனக்கு நல்ல காய்ச்சல். எழுந்து நிக்கக்கூட முடியல. மருத்துவச்சி வந்து பார்த்துட்டு... மருந்து கொடுத்து அதைக் கசாயமா காய்ச்சி கொடுக்கச் சொல்-லிட்டு போனாங்க. ஆனா... யாரும் என்னைக் கவனிக்கல. எல்லோ-ரும் கிளம்பி.... பக்கத்து ஊரில் இருந்த சித்தியோட பொறந்த வீட்டுக்கு போயிட்டாங்க. அங்க ஏதோ திருவிழாவாம்... இவங்க போகலன்னா அங்க திருவிழாவே நடக்காதுன்னு சொல்லி... என்னை அம்போன்னு-விட்டுட்டு கிளம்பிட்டாங்க. எனக்கு அப்ப எப்படி இருந்தது தெரியுமா... " என்றுவிட்டுக் கோபமாக உருமினாள். பிறகு மெல்ல நிதானித்து...

"நான் முடியாம தனியா தவிச்சப்பே... எங்க பண்ணையில் சின்ன வயசில் இருந்து வேலை பார்க்கற மாதையன் வந்தான். என் நிலையைப் பார்த்துட்டு... அவன் எனக்கு உதவினான். எழுந்து கூட நிக்க முடியாம சுருண்டு படுத்திருந்த என்னைத் தொட்டு எழுப்பினான். "

****

"சின்னம்மா... சின்னம்மா... " என்றழைத்த மாதையன் படுத்திருந்த பாரிஜாதத்தின் அருகே சென்றான். அவளோ இமை கூடத் திறக்க முடி-யாத காய்ச்சலில் இருக்க.... "ம்.. " என்றாள் முனகலாக.

அவளின் நிலையைக் கண்டு பதறிய மாதையன்... "சின்னம்மா என்-னாச்சு உங்களுக்கு ? " என்று கேட்டு அவளருகே மண்டியிட்டு அமர்ந்-தான்.

"உடம்புக்கு முடியல மாதையா.... " என்றாள் பாரிஜாதம் திணறலாக.

"ஐய்யையோ... மேலுக்கு முடியலையா ? வீட்டுல வேற யாரும் இல்லையே ? கொஞ்சம் இருங்க... நான் போய் மருத்துவச்சியைக் கூட்-டிக்கிட்டு வரேன். " என்று எழுந்து ஓட முயன்றான்.

"மருத்துவச்சி வந்து பார்த்திட்டுக் குளிகை கொடுத்துட்டு தான் போயிருக்காங்க. ஆனா... அதைக் கசாயமா காய்ச்சி கொடுக்கத் தான் ஆள் இல்ல. "

"ஐய்யோ... அப்ப உங்களுக்கு உடம்பு முடியலன்னு தெரிஞ்சுமா.... எல்லோரும் ஊருக்கு போயிருக்காங்க ? "

"ம்ஹூம்... அப்பன் ஆத்தா இல்லாத அனாதை... எனக்கு என்ன ஆனா... அவங்களுக்கு என்ன குறையப்போகுது ? "

"அப்படி எல்லாம் பேசாதீங்க சின்னம்மா. "

" வேற எப்படிப் பேசறது ? என் அண்ணனுக்குக் கூட என் மேல பாசம் இல்லாம போயிடுச்சே. இப்படிக் கெடக்கறதுக்கு... சொத்திடலாம் போலத்தோணுது. ஆனா அதுக்கும் தைரியம் வந்து தொலைய மாட்-டேங்குது. " என்றவள் அதற்கு மேல் பேச முடியாமல் இருமத்தொடங்-கினாள்.

அவள் நிலை மோசமாவதை உணர்ந்தவன்.... "சின்னம்மா... மருத்-துவச்சி கொடுத்த குளிகை எங்க இருக்கு. கொடுங்க... நான் கசாயம் போட்டுக் கொண்டு வரேன். " என்றான். பாரிஜாதம் தன் சுட்டுவிரலால் மருந்து இருந்த இடத்தைக் காட்ட... அதை எடுத்துக்கொண்டு அங்-கிருந்து நகர முயன்றவன்... சற்று நின்று அவளைப் பார்த்துவிட்டுச் சென்றான்.

சில நிமிடங்கள் கழித்து... ஒரு குவளையில் அவள் உணவுக்காகக் கஞ்சியும்... மற்றொன்றில் குளிகை போட்டுக் காய்ச்சிய கசாயத்தோடு வந்தான்.

"சின்னம்மா... எழுந்திரிங்க. உங்களும் சாப்பிடச் சுடு சோறு கஞ்-சியும்... கசாயமும் கொண்டு வந்திருக்கேன். " என்றவன் குரலுக்கு அவளிடம் அசைவே இல்லாமல் போனது. பயந்து போன மாதையன்... அவளருகே சென்று குவளையை வைத்துவிட்டு... அவளைத் தொட்டு எழுப்பினான். அவளிடம் இருந்து லேசான முனகல் ஒலி கேட்டது.

"காய்ச்சல் வேகத்திலும்... பசியாலையும் சோர்ந்தும் போயிட்டாங்க போல. " எனத் தனக்குத் தானே கூறிக்கொண்ட மாதையன்... அவளை எழுப்பி அமர வைக்க முயன்றான். அவள் உடல் தளர்ந்து உடைகள் தளர்ந்திருந்த போதும்... அவளைக் கண்ணியமாகப் பார்த்தவன்... அவளை ஒரு குழந்தையாகப் பாவித்தான். சுவரில் சாய்த்து அவளை அமர வைத்து... தன் கரத்தால் அவளுக்கு உணவைப் புகட்டத்தொ-

டங்கினான். உணவு உண்டவளுக்கு மருந்தைக் கொடுத்து... மீண்டும் அவளை அவள் படுக்கையில் சரியாகப் படுக்க வைத்தான். சற்று நேரத்தில் அவள் உறங்கிவிட..... அந்த வீட்டுக்கு வெளியே காவல் நின்றான் மாதையன். அடுத்து வந்த இரண்டு நாட்களும் அவளை அவன் கண்ணியமாகக் கவனித்துக் கொண்டது அவள் மனதைக் கவர்ந்தது.

****

"எனக்காக யாருமே இல்லன்னு அதுவரை கவலைப்பட்டுக்கிடந்த எனக்கு... மாதையனோட அக்கறையான அன்பு ரொம்பப் பிடிச்சிப்போச்சு. என் மனசு அவனைக் கட்டிக்கிட்டா... நாம சந்தோஷமா இருக்கலான்னு சொல்லிச்சு. வசதி இல்லன்னாலும்... அவன் குணம் விசாலமா இருந்துச்சு. அதுபோக அவனுக்கும் யாருமில்ல... என்னை மாதிரியே அவனும் அனாதை. அனாதைக்கு அனாதை துணையா இருக்கலான்னு... அவனை நேசிக்க ஆரம்பிச்சேன். முதலில் அவன் பயந்து "வேண்டாம் சின்னம்மான்னு...." சொன்னான். ஆனா நான் தான்... "எனக்கு யாருமில்ல... நீயும் என்னை ஏத்துக்கலன்னா... நான் சொத்துடுவேன்னு..." சொன்னேன். அதுக்கு அப்புறம் அவனும் என்னை மனசாற நேசிக்க ஆரம்பிச்சான். " என்றவள் குரல் திடீரென ஆவேசமாக மாறியது... " ஆனா.... எங்களோட அன்பை திட்டம் போட்டு பிரிச்சு... அவனைச் சாகடிச்சு... என்னைச் சொத்துக்காக வேற ஒருத்தனுக்குக் கட்டிவைக்க... நினைச்சாங்க. அவங்களை எப்படிச் சும்மா விடுவேன். இதோ... அடுத்த வாரிசையும் காவு வாங்கப்போறேன்..... " என்று கத்திவிட்டு தீக்ஷிதாவின் உடலோடு... அந்த வீட்டை விட்டு வெளியேறியது... அந்தக் கரும்புகை.

7

அத்தியாயம் - 6

மருது எழுந்து ஓட... அவனைப் பின் தொடர்ந்த ராசு... "என்னாச்சு மருது ?" என்று வினவ... சட்டென நின்றான் மருது.

தூரத்தில் தெரிந்த இடிந்த மண்டபத்தின் மேல் இன்னும் தீக்ஷிதாவின் உருவம் தெரிந்தது. அது கனல் பார்வை கொண்டு இவனையே பார்த்துக்கொண்டு இருப்பதை உணர்ந்தவன்... மீண்டும் பின் நோக்கி நடந்து முனியப்ப சாமி சிலையின் கீழ் நின்றான். தன் கைப்பேசியை எடுத்து... தன் தந்தைக்கு அழைத்தான்.

"சொல்லு மருது..."

"அப்பா... பாப்பா அங்க இருக்காளா ?"

"இங்க தான் இருக்கு. நல்லா தூங்கறா மருது. நீ ஏன் இன்னும் வரல... உனக்கு ஏதும் பிரச்சனை இல்லையே ?"

"எனக்கு எந்தப் பிரச்சனையும் இல்ல. என்ன நடந்தாலும் சரி... பாப்பாவை விட்டுடாதீங்க. அவ கையில் கயிறு கட்டியாச்சா ?"

"ஆங்... கட்டியாச்சு மருது. ஆனா அது அவளைக் காப்பாத்தும்னு நீ நினைக்கறியா ?" என்று கேட்ட தந்தையின் குரல் மாறுவதை உணர்ந்தான்.

எதிரே இருந்த மண்டபத்தில் தீக்ஷிதாவை காணவில்லை. "அவளைத் தேடறியா ? அவ இங்க தான் இருக்கா.... உன் சித்தப்பா... சித்தியை எதுக்கு ஒளிச்சி வைக்கப் பாக்கற மருது. என் குறி... உன் தங்கச்சி தான்...." என்றது அந்தக் குரல் கைப்பேசியில்.

"யார் நீ ? உனக்கு என்னதான் வேணும் ? எதுக்கு எங்க குடும்பத்துப் பொண்ணுங்களை இப்படிக் காவு வாங்கற. " என்று கத்தினான் மருது.

"ஹஹஹஹஹா.... எனக்கு என்ன வேணும்.... எனக்கு என்ன வேணும்... சொன்னா தருவியா ? " என்று கேட்டுக் கொடூரமாகச் சிரித்தது.

"தரேன்... சொல்லு... "

"நேரில் வா... சொல்றேன். " என்றுவிட்டு அழைப்புத் துண்டிக்கப்பட்டது.

"மருது... மருது... என்னாச்சு ? யாரோட பேசின... ஏதாவது சொல்லு. " என்ற ராசு அவனைப் பிடித்து உலுக்கினான்.

"சித்தப்பா இத்தனை வருஷமா... ஏன் சாகறோம்னே தெரியாம சொத்து போன... நம்ம வம்சத்தோட பொண்ணுங்க சாவுக்கான காரணம் கிடைக்கப் போகுது. நான் செஞ்ச ஏற்பாடு... சரியா வேலை செய்து. நீங்க இங்கையே இருங்க. நானே நேரில் வந்து கூப்பிடற வரை இங்க தான் இருக்கனும். சரியா ? " என்றுவிட்டு அவ்விடம் விட்டு வேகமாகக் கிளம்பினான்.

நேராகப் பூசாரி வீட்டுக்கு சென்றவன்... "பூசாரி... நீங்க சொன்ன மாதிரியே அந்தக் கயிறை பாப்பா கையில் கட்டியாச்சு. "

"அப்ப... அந்த ஆன்மாவை... நம்மோட பேச வைப்பார் நம்ம குலசாமி. வா போகலாம். " என்ற பூசாரி... தனக்குத் தேவையான பொருட்களை எடுத்துக்கொண்டு மருதுவோடு கிளம்பினார்.

வீட்டில் நிசப்தம் நிலவியது. மருது உள்ளே நுழைய... அங்கு அவன் கண்ட காட்சி அவனை வாயடைத்து நிற்க வைத்தது. கட்டிலில் படுத்திருந்த தீக்ஷிதா... அந்தரத்தில் மிதந்துகொண்டு இருக்க... சுவற்றை ஒற்றி... சரஸ்வதியும் சீதாவும் பிரமை பிடித்ததைப் போல அமர்ந்திருந்தனர். மருதுவின் தந்தையும் ராசுவின் தந்தையும்... மூலையை வெறித்த படியே நின்றிருந்தனர். அந்த மூலையில் கரும் புகை ஒன்று சுற்றிக்கொண்டு இருந்தது.

பூசாரி... மருதுவின் தோளைத் தொட்டு கலைத்தார். "வா... மருது. " என்றவர் அவனை அழைத்துக் கொண்டு உள்ளே போனார். பூசாரியை கண்டதும் அந்த கரும் புகை... வெகுண்டெழுந்து தீக்ஷிதாவை கட்டிலிலிருந்து தூக்கியது.

பூசாரி... எதையும் கவனிக்காமல்... தன் குலசாமியான முனியப்பனை அங்கே வரச்செய்ய... உடுக்கையை எடுத்து அடிக்கத் தொடங்கினார். அந்தச் சத்தம் கரும் புகையைக் கலைக்க... அது அங்கிருந்த பொருட்களை எல்லாம் உடைக்க ஆரம்பித்தது. ஆனால் எதையும் கவனிக்காமல்.... ஆவேசமாக முனியப்பனை அழைத்தார்.

"எங்க குலத்தைக் காக்கும் முனியப்பா... உன் மகளைக் காக்க வெரசா வா... உன்னைக் கட்டிப்போட யாருமில்லை சாமி... வேகம் கொண்டு ஓடி வா ஐயா... உன் குலக்கொழுந்தை முளையிலேயே பிடுங்கி ஏறியும்... இந்தக் கோரத்தீயை அணைக்க வெரசா ஓடிவா... உனக்குப் பிடிச்ச பொருளை படையலா தந்து... உன் துணை வேண்டி நிற்கும்... உன் பிள்ளைகளைக் காக்க.... ஓடி வா ஐயா... எங்க குலசாமி.... முனியப்ப சாமி... " என்று கூவிய படியே உடுக்கையை அவர் அடிக்க... சில நிமிடங்களின் சீதாவின் மேல் வந்து இறங்கினார் முனியப்பசாமி.

சீதா... "எதுக்கு என்ன கூப்பிட்ட. என்ன வேணும் உனக்கு... " என்று பற்களைக் கடித்தபடியே கேட்க.

"ஐயா... வந்துட்டியா ? உன் குலக்கொழுந்தை முளைக்கும் போதே அழிக்க... எதிரிங்க ஏவி இருக்கும் ஏவலிலிருந்து... அவளைக் காப்பாத்திக் கொடு சாமி. " என்று மண்டியிட்டு வேண்டினார் பூசாரி.

"எதிரிங்க ஏவல் இல்லடா... இது உன் முன்னோர் செஞ்ச பாவத்தோட பலன். இதுவும் என் குலக்கொழுந்து தான். இதை அழிக்க என்னையே கூப்பிட்டா எப்படி ? " என்று சீதா ஆவேசமாகக் கூற... அங்கிருந்த அனைவரும் அரண்டு போய் நின்றனர்.

அந்தக் கரும்புகையோ.... தீக்ஷிதா உடலில் நுழைந்து... "சாமி... இன்னும் என்னை உன் குலகொழுந்துன்னு சொன்னதுக்கு ரொம்ப நன்றி. " என்றுவிட்டு.... "கேட்டீங்களாடா.... என் சாமியே நான் செய்யறதை ஏத்துக்கிச்சு. இனி... இவளோட அழிவைப் பார்க்க எல்லோரும் வாங்க டா... மண்டபத்துக்கு. " என்றுவிட்டு தீக்ஷிதாவின் உடலோடு வெளியேற முயன்றது.

அப்போது மருது... "நில்லு... நீயும் எங்க குலக்கொழுந்துன்னா... ஏன் மத்தவங்களைக் காவு வாங்கற. நான் நேரில் வந்தா... காரணத்தைச் சொல்றேன்னு சொன்னியே. அதைச் சொல்லாம போனா என்ன அர்த்தம் ? காரணத்தைச் சொல்லு... அதைச் சரி செய்ய முடிஞ்சா... உனக்-

கும் நல்லது தானே. எங்க குலக்கொழுந்தான நீ இப்படி... சாந்தி அடையாம இருக்கறது... எங்களுங்கு வருத்தமா இருக்கு. " என்றிட....

அதுவரை ஆவேசமாக இருந்தவள் முகம் இலகி... "என்னை நினைச்சு நீ வருத்தப்படறியா ? " என்று கேட்டது.

"ஆமாம்... நீயும் எங்க வீட்டு

பொண்ணுன்னு சாமியே சொல்லிடுச்சே. அப்போ... உன் வருத்தத்தைத் தீர்த்து வைக்கறது எங்க கடமை தானே. " என்றான் மருது.

அதைக் கேட்டு தீக்ஷிதா அழத்தொடங்கினாள். அவளை அணுகி... அவளுக்கு நம்பிக்கை தர... தன் கரத்தை அவள் கரத்தோடு கோர்த்தான் மருது. அவனையே விழிகள் விரித்துப் பார்த்தவள்... நம்பிக்கையோடு தன் கடந்த காலத்தைக் கூறத்தொடங்கினாள்.

8

அத்தியாயம் - 8

பாரிஜாதத்தின் ஆன்மா... தீக்ஷிதாவோடு வெளியேற.... மருது பூசாரியைப் பார்த்தான்.

"சாமி... யாரோ செஞ்ச தப்புக்கு இன்னைக்குப் பொறக்கற பிள்ளைகளும் பலியாகனுமா ? இது என்ன சாமி கொடுமை. நீ நினைச்சா இதை மாத்த முடியாதா ? எங்களுக்கு ஒரு வழிகாமி... எங்க குலசாமி... " என்று கூவியபடியே மீண்டும் உடுக்கையை அடித்தார் பூசாரி.

அதுவரை சீதாவின் உடலில் அமைதியாக இருந்த முனியப்பசாமி... இப்போது... பேசத்தொடங்கினார்.

"அடேய்... முன்னோர் சேர்த்து வெச்ச சொத்தை பங்குபோட்டு வாழ யோசிக்காத நீங்க... அவங்க செஞ்ச பாவத்தைப் பங்கு போட்டுக்க ஏன்டா யோசிக்கறீங்க ? " என்று ஆக்ரோஷமாகக் கேட்டார் சீதாவின் உள்ளிருந்த முனியப்ப சாமி.

"அப்போ... இந்த ஆஸ்தி அந்தஸ்தை நாங்க விட்டுட்டு போனா.... இந்தச் சாபம் தொடராதா சாமி ? " என்று மருது பணிவான குரலில் கேட்க.

பலமான குரலில் ஆவேசமாகச் சிரித்தார். "ஏன்டா இப்ப கூட.... உங்க சுயநலத்தைப் பத்தி தானே யோசிக்கறீங்க. உண்மையான அன்போட மதிப்பு தெரியல இல்ல. " என்றவர் கோபம் பொங்கக் கேட்டார்.

"அப்படி இல்ல சாமி... நான் வழியைத் தான் கேட்கறேன். அதான் வழின்னா அதையும் செய்றோம்னு சொல்லவரேன். " என்றான் மருது பயந்த குரலில்.

"அப்போ... அடங்காத ஆவியா அலையற அவளோட நிலை என்ன ? நீ சொத்து வேண்டான்னு போயிட்டா... அவ ஆன்மா சாந்தி அடஞ்சிடுமா ? "

"அப்ப... நாங்க என்னதான் பண்றது. எங்க வம்சத்தைப் பீடிச்சி-யிருக்கற இந்தச் சாபத்தைத் தீர்க்க... ஒருவழி காட்டு சாமி. " என்ற வேண்டுதலுடன்.... காலில் விழுந்தான் மருது. அவனுடன் சேர்ந்து மற்-றவர்களும் விழுந்தனர். அவர்கள் மனம் வருந்திச் சிந்திய கண்ணீர்... கண்டு சாமியின் மனமும் இலகியது.

"அவளோட... ஆன்மா சாந்தியடைய... நான் ஒரு வழி சொல்றேன். செய்றீங்களா ? "

"செய்றோம் சாமி... "

"அவளை மாதிரியே உங்க வம்சத்தில் அம்மா அப்பா இல்லாம... கஷ்ட படற ஒரு பொண்ணுக்கு அவ மனசுக்கு பிடிச்ச வாழ்க்கையை அமைச்சு தந்து... அவளை உங்க சகோதரியா... மகளா... ஏத்துக்-கிட்டு... அவளுக்குச் செய்ய வேண்டிய சீர் செனத்தியை எந்தக் குறை-யும் இல்லாம செஞ்சி... அவளைப் பார்த்துக்கிட்டா... அந்த ஆன்மா-வோட கோபம் கொஞ்சம் குறையும். உங்க மகளை எதுவும் பண்ணாம விட்டும். அதுக்கு அப்புறம்.... அந்த ஆன்மாவுக்குச் செய்ய வேண்டிய சாங்கிய சடங்குகளைச் செஞ்சி... அதைப் பரிபூரணமா குணப்படுத்தி-டலாம். அப்படிக் குணமான ஆன்மா... திரும்பவும் உங்க வம்சத்தில் பிறப்பெடுக்கும். அதை அன்பா வளர்த்து... கல்யாணம் செஞ்சி... நிம்-மதியான நிறைவான வாழ்க்கையைக் கொடுங்க. எல்லாமே சரியாகிடும். " என்றுவிட்டு முனியப்ப சாமி... சீதாவின் உடலில் இருந்து வெளி-யேறினார். சீதா அப்படியே கீழே சரிந்தார். அவளைத் தாங்கிப்பிடித்தார் மருதுவின் தந்தை.

மருது மௌனமாக நிற்க... ராசுவின் தந்தை அவனிடம்... "மருது என்னப்பா சாமி இப்படிச் சொல்லிட்டு போயிட்டாரு. நம்ம வம்சத்தில் இப்போதைக்கு இருக்கற பொண்ணு... நம்ம புள்ள மட்டும் தானே ? "

"அதைப் பத்தி அப்புறம் பேசலாம். இப்ப தீக்ஷிதாவை காப்பாத்த போகனும். " என்ற மருது அங்கிருந்து வெளியேறி... அந்த மண்ட-பத்தை நோக்கி தன் வண்டியை செலுத்தினான். வீட்டிலிருந்தவர்கள் தவிப்போடு அடுத்து என்ன நடக்குமோ என்ற வேதனையில் ஆழ்ந்-தனர்.

அவன் நெஞ்சம் திக் திக் என்று அடித்துக்கொண்டது. தன் தங்கையைக் காப்பாற்ற முடியாமல் போய்விடுமோ... என்ற அச்சம் அவன் தொண்டையை அடைத்தது. சில நிமிடங்களில் அந்த மண்டபத்தை நெருங்கிவிட்டான் மருது. அங்கு அவன் கண்ட காட்சி...

இடிந்த மண்டபத்தின் மாடியில் தீக்ஷிதா கிணற்றுக்கு நேராகத் தொங்கிக் கொண்டிருக்க... அவள் கரத்தை பிடித்திருந்தது... ஒரு ஆணின் கை. அது காலையில் அவளைக் காப்பாற்றிய ரகு தான் என்பதை நொடியில் உணர்ந்து கொண்டான் மருது.

ரகுவின் எதிரே பாரிஜாதம்... கரும்புகையாக மாறி நின்றிருந்தாள். அவனைப் பார்த்து.... "அவளை விடு... " என்றவள் குரல் ஆவேசமாக ஒலித்தது. அந்தப் பகுதி மொத்தமும் அதிர்ந்து அடங்கியது. மருது விக்கித்து நின்றான். ஆனால் ரகுவோ... சற்றும் அசராது கரும்புகையோடு பேசத்தொடங்கினான்.

"முடியாது... சின்னம்மா... நீங்க தப்பு பண்றீங்க. இதை எப்பவோ சொல்லனும்னு நான் நினைச்சேன்... ஆனா எனக்குத் துணையா எதுவுமே இல்லாம போயிடுச்சு. இன்னைக்குத் தான்... எனக்குத் துணையா ஒருத்தனை பார்த்தேன். அவன் மூலமாவே உங்ககிட்ட பேச வந்திருக்கேன். "

அதைக் கேட்ட பாரிஜாதம் சற்றே வியப்புடன்... "நீ யாரு ? என் மாதையனா ? " என்று கேட்டாள்.

"ஆமாம் சின்னம்மா... நான் உங்க பக்கத்துலையே தான் இருக்கேன். உங்களுக்குத் தான் என்னைத் தெரியல. உங்க கோபம்... எல்லாத்தையும் மறச்சிடுச்சு. "

"கோவமா ? எனக்கா ? இல்ல... இல்லவே இல்ல... இது வெறி. இது காவு வாங்காம அடங்காது. அவளை விடு... அவ சாகனும். "

"எதுக்குச் சின்னம்மா... இத்தனை வெறி ? இந்த வெறியால உங்களுக்குக் கிடச்சது என்ன ? நீங்களும் நிம்மதியில்லாம... உங்க சந்தியினரும் நிம்மதி இல்லாமல... இதுதான்.. இதுதானே... தவிர... வேற என்ன கிடச்சுது உங்களுக்கு ? "

"என்ன கிடச்சிதா ? சந்தோஷம். ஒவ்வொரு முறையும் பாலூட்டி சோறூட்டி வளர்த்த அவங்களோட பிள்ளைகளை.... நான் காவு வாங்கும் போது... அவங்க கதறி அழுவாங்க பாரு... அதைப் பார்க்கும் போது.... அப்படி ஒரு ஆனந்தம் கிடைக்கும். நீயும் அதை என்னோட

சேர்ந்து அனுபவிக்கலாம்…. வா… என்னோட வந்திடு. என் குலசாமி உன்னையும் ஏத்துக்கும். " என்ற கரும்புகை உருவம் தன் கரத்தை நீட்ட… அது நீண்டு வந்து… ரகுவினை தொட முயன்றது.

அவனோ அதை ஏற்காமல் தட்டிவிட்டான். அவனைக் கனல் பார்வை பார்த்தது அந்தக் கரும்புகை. அவனோ விரக்தியான குரலில்…. "ஒவ்வொரு முறையும் நீங்க காவு வாங்கி ரசிக்கறீங்களே…. அது அத்தனையும் என் கண்ணுக்கு உங்க உருவத்தைத் தான் காட்டுது சின்னம்மா. ஒவ்வொரு முறையும் அதைப் பார்த்து… என் ஆன்மா சுக்கு நூறா உடையுது. " என்றிட… அவனையே வெறித்தது அந்தக் கரும்புகை.

9

அத்தியாயம் - 9

"நீ என்ன சொல்ற மாதையா ? " என்ற பாரிஜாதம்... அவனைச் சந்தேகப் பார்வை பார்த்தாள்.

"என்னைச் சந்தேகப்படறீங்க ? உங்களுக்கு நான் மாதையன் இல்லன்னு தோணுது... அப்படித் தானே சின்னம்மா... "

"ம்... " என்றவள் குரல் கோரமாக இருந்தது.

"சின்னம்மா... நாம நேசிக்கும் போதும் நீங்க என்னை நம்பல... இப்பவும் அதையே தான் பண்றீங்க. உங்ககிட்ட என்னை நிரூபிக்க முடியாதுன்னு நான் புரிஞ்சிக்கிட்டேன். நான் போறேன்... இந்தப் பொண்ணோட போறேன்.

உங்களால முடிஞ்சா... இவளை காவு வாங்கிக்கோங்க. " என்றது மாதையனின் ஆன்மா.

ரகுவின் உடலில் இருந்த ஆன்மா அவன் உதவியோடு தீக்ஷிதாவை தூக்கிக் கொண்டு கீழே வந்தது.

மருதுவை கடந்து ரகு செல்ல... மருது அவனைப் பின் தொடர்ந்தான். அந்தக் கரும்புகையோ... அந்த மண்டபத்தில் அங்கும் இங்கும் அலைந்தது. அதன் நினைவுகள் பின் நோக்கிச் சென்றது.

***

மாதையனும் பாரிஜாதமும் நேசிக்கத் தொடங்கிச் சில தினங்கள் கடந்த நிலையில் ஒருநாள்.... பாரிஜாதத்தை அணுகினான் அவளின் அண்ணன்.

"பாரிஜாதம்... " என்றவன் அழைப்புக்குத் திரும்பினாள்.

"உன்கிட்ட கொஞ்சம் பேசனும்."

"சொல்லுங்க அண்ணா." என்றாள் மரியாதையுடன். பேசாத அண்ணன் தன்னோடு பேச வந்ததை நினைக்கையில் அவளுக்குள் ஒரு மகிழ்ச்சி. அதை அவளின் கண்கள் வெளிப்படுத்தியது.

"பாரிஜாதம்...நீ நம்ம மாதையனை விரும்பறன்னு நான் நினைக்கிறேன்." என்றவன் கூறவும்... பாரிஜாதம் துணுக்குற்றாள். அவள் கண்கள் பயத்தில் முழிக்க... உடல் வெளிறியது.

"பயப்படாதே பாரிஜாதம்... அவனும் நம்ம பையன் தான். ஏதோ ஒருவகையில் நமக்குச் சொந்தம் தான். அதனால தான் அப்பா... அவனுக்கு நம்ம பண்ணையில் வேலை தந்து அவனைப் பார்த்துக்கிட்டாரு." என்று அவளின் அண்ணன் கூறவும் தான் அவளுக்குக் கொஞ்சம் பயம் குறைந்தது.

"ஆமாம் அண்ணன்... எனக்கு மாதையனை ரொம்பப் பிடிச்சிருக்கு. அவனைக் கட்டிக்கிட்டா... நான் நிச்சயமா சந்தோஷமா இருப்பேன்." என்றாள் தைரியத்தை வரவைத்து.

அதைக் கேட்ட அவளின் அண்ணன்... நெடிய பெருமூச்சை இழுத்துவிட்டுத் தொடர்ந்தான். "நானும் அந்த ஆசையில் தான் மாதையன்கிட்ட பேசலாம்னு போனேன்... ஆனா... ஆனா..." என்று இழுத்தான்.

"ஆனா என்ன அண்ணனா? என்னாச்சு... மாதையனுக்கு ஏதாவது ஆபத்தா?" என்று பதறினாள் பாரிஜாதம்.

"நீ...அவனை நினைச்சு இப்படிப் பதறிப்போற... ஆனா அவனோ... உன்னைப் பணத்துக்காக ஏமாத்தி இருக்கான். இதை நீ எப்படித் தாங்கிப்பேன்னு எனக்குப் பயமா இருக்கு புள்ள."

"அண்ணே... என்ன சொல்ற... என் மாதையனை பத்தி தப்பா பேசாதே..." என்று கோபத்தில் கொதித்தாள் பாரிஜாதம்.

"அவன் மேல உனக்கு எத்தனை நம்பிக்கை. உன்னைச் சொல்லி தப்பில்லை... அந்தளவுக்கு உன்னை மயக்கி வெச்சிருக்கான். எல்லாம் என்னைச் சொல்லனும்... உன்னைச் சரியா கவனிக்காம... என் வாழ்க்கையைப் பத்தி மட்டும் யோசிச்சுக்கிட்டு இருந்துட்டேன்." என்றவன் கண்ணீர் சிந்தினான். அதைக் கண்டதும் பாரிஜாதத்தின் மனம் இலகியது.

"அண்ணனா... அழாதே. என்ன நடந்துச்சுன்னு சொல்லு. மாதையன் என்ன சொன்னான்."

"நான் போகும்போது அவன் அவனோட சிநேகிதனோட பேசிக்கிட்டு இருந்தான். அதை நான் கேட்டு அதிர்ச்சியாகி திரும்பிட்டேன். நேரா உன்னைப் பார்க்க தான் வந்தேன். "

"என்ன... என்ன... பேசினான். " என்று கேட்கும்போதே அவள் குரல் உடைந்திருந்தது.

அதைக் கவனித்த அவளின் அண்ணன்... தொடர்ந்தான். "பாரி-ஜாதத்தோட ஏன்டா பழகறே ? பெரிய இடம்... விசயம் தெரிஞ்சா... உன்னைக் கொலை கூடப் பண்ணுவாங்க. " அப்படின்னு அவனோட சிநேகிதன் சொல்ல... இவன் சிரிச்சிக்கிடே..... "அடேய்... அதெல்லாம் முடியாது. பாரிஜாத்தை நான் நேசிக்கறது தெரிஞ்சதும்... முதலில் என்-கிட்ட வந்து பேசுவாங்க. நான் முடியாதுன்னு சொன்னா தான்... கொலை எல்லாம். " அப்படின்னு மாதையன் சொன்னான்.

அதுக்கு அவனோட சிநேகிதன்... "அப்ப நீ பாரிஜாதத்தை விட்டு விலகறேன்று சொல்லிடுவியா ? " அப்படின்னு கேட்டான். அதுக்கு மாதையன்... "டேய் நான் அவளை நேசிக்கற மாதிரி நடிக்கறதே அவளோட பணத்துக்காகத் தான் " அப்படின்னு சொன்னான்.

"அவ மேல ஏதுடா சொத்து ? அவளே அங்க வேலைக்காரி மாதிரி இருக்கா. " அப்படீங்க... அதுக்கு மாதையனோ... "அவ பேருல தோட்-டம் வீடு எல்லாமே இருக்கு. அவளோட அப்பா... சாகும் போது பெரிய தாரத்து புள்ளைங்க மேல தான் முக்காவாசி சொத்தை எழுதி வெச்சிட்-டாரு. அதனால தான் அவரோட இரண்டாம் தாரம்... அண்ணனையும் தங்கச்சியையும் கைக்குள்ளையே வெச்சிருக்கு. மகனை தம்பி மகளுக்-குக் கட்டி வெச்சி... அவன் இவங்களை விட்டு போகாத மாதிரி பார்த்-துக்கறாங்க... அதே மாதிரி பாரிஜாதத்தை வேலைக்காரியா நடத்தி... கடைசியில் எவனாவது ஒரு எடுபுடிக்குக் கட்டிச்வெச்சி... காலத்துக்கு அவளை வேலைக்காரியா கூடவே வெச்சிக்குவாங்க. இதுதான் அந்த அம்மாவோட திட்டம். இதெல்லாம் தெரிஞ்சி தான் பாரிஜாத்தை வளச்-சிப்போட்டேன். அன்பு கிடைக்காத அவ... என்னோட பேச்சில் மயங்-கிட்டா... " அப்படின்னு சொல்லி சிரிச்சான்.

அதைக் கேட்டப்போ எனக்கு அவனைத் தூக்கி தொங்கவிடனும் போல இருந்தது. ஆனா... நான் அப்படிச் செஞ்சா... அவன் சொன்-னதை நீ நம்பிடுவ. நாங்க எல்லாம் கெட்டது பண்றோம்னு உனக்கு உறுதியாகிடுமேன்னு... கோவத்தைக் கட்டுப்படுத்தி அமைதியா நின்-

னேன். அவங்க இன்னும் பேசினாங்க.... அதையும் கேட்டேன்.

மாதையன் சிரிக்கவும்... "சரி அவளை மயக்கி வெச்சிருக்க. அவளையே கட்டிக்கிட்டா அவ சொத்து உனக்கு வந்திடும் இல்ல. அவளை எதுக்கு விட்டுத்தரனும்னு நினைக்கற. " அப்படின்னு கேட்-டான். அதுக்கு அவன் என்ன சொன்னான் தெரியுமா ? "அவளை எவன்டா கட்டுவான். கருவாச்சு... சரியான அசடு... யார் என்ன சொன்னாலும் அப்படியே நம்பும். அவ எல்லாம் வேலைக்காரியா இருக்-கத் தான் லாயக்கு. அவளோட சேர்ந்து வாழ என்னால முடியாது. "

"அப்ப என்ன தான் பண்ணப்போற ? "

"டேய்... எங்க நேசம் தெரிஞ்சதும்... அந்தமாவும் மகனும் வந்து என்கிட்ட பேசுவாங்க... அப்போ நான் ஒரு பெரிய தொகையைக் கேட்பேன். அவங்களும் கொடுத்திடுவாங்க... பாரிஜாதம் மேல அவங்க அப்பா எழுதி வெச்சிருக்கற சொத்து அவங்களுக்கு ரொம்ப முக்கியம். அது அவங்களுக்கு வேணும்னா... பாரிஜாதம் கடைசிவரை அவங்க வீட்டுல தான் இருக்கனும். அதுக்குத் தான் அவளை வேலைக்காரி மாதிரி வெச்சிருக்காங்க. இது புரியாம அந்தப் பைத்தியமும்... நம்மை ஏன் கொடுமைப்படுத்தறாங்கன்னு யோசிச்சி மூலையில் உட்கார்ந்து அழுதுக்கிட்டு இருக்கு. இப்ப பாரிஜாதம் என்னைக் கட்டிக்கிட்டா... அவ பேருல இருக்கற சொத்தெல்லாம்... என் பேருக்கு வந்துடும். அவ அண்ணனோட பவுசு குறைஞ்சிடும். அதை அவங்க சித்தி விரும்ப மாட்டாங்க. அதனால... நான் கேட்கறதை தந்து... என்னைச் சுமூகமா கலட்டிவிடத் தான் பார்ப்பாங்க. அவங்க தர பணத்தை எடுத்துக்கிட்டு நான் இந்த ஊரைவிட்டு போயிடுவேன். நீ பாரிஜாதம் கிட்ட போய்... என்னை அடிச்சி ஊரைவிட்டு தூரத்திட்டாங்கன்னு சொல்லிடு. அதுக்கு அப்புறம் அவ அழுது புலம்பினா... அவளை அவங்க வீட்டில் உள்-ளவங்க கவனிச்சிப்பாங்க. " அப்படின்னு அந்தப் படுபாவி சொன்னான் புள்ள.

இதை எல்லாம் கேட்டும்... அவனைக் கொல்லாம ஏன் வந்தேன் தெரியுமா ?உனக்கு உண்மை தெரியானும்னு தான். நீ எங்களைத் தப்பா நினைச்சு... ஏதாவது ஏடாகூடமான முடிவுக்குப் போயிடுவியோன்னு பயம் வந்துடுச்சு. அதான் உன்னைப் பார்க்க ஓடி வந்தேன். " என்று கூறி நிறுத்தினான்.

அவள் முகத்தில் குழப்பம்... அவள் சிந்தனையில் இருக்க... "உனக்குக் குழப்பமா இருக்கில்ல... நான் அவனோட சிநேகிதனை கூட்டிக்கிட்டு வரேன்.... " என்றுவிட்டு அங்கிருந்து சென்றான் பாரிஜாதத்தின் அண்ணன்.

பாரிஜாதம் அதீத மன குழப்பத்திற்கு ஆளானாள். மாதையனோடு பேச வேண்டும் என்று தோன்றியது. ஆனால் குழப்பமும் சூழ்நிலையும் அதற்கு ஏதுவாக அமையவில்லை. அவளின் அண்ணனோ சற்று நேரத்தில் மாதையனின் சிநேகிதனோடு வந்தான். அவனும் பாரிஜாதம் அண்ணன் கூறியது அத்தனையும் உண்மை என்று கூறி... "மாதையனை நம்பாதே. அவன் மோசமானவன் "என்றிட. அவள் மொத்தமாக உடைந்துபோனாள்.

அப்போது அவள் அண்ணன்... "நான் மாதையனுக்குப் பணம் கொடுக்கறேன். நீ மறஞ்சி நின்னு பாரு. அவன் அதை ஏத்துக்காம திருப்பித் தந்தா... அவனோட உனக்கு நாங்களே கல்யாணம் செஞ்சி வெக்கறோம். ஒருவேளை அவன் அந்தப் பணத்தை வாங்கிட்டு... ஊரைவிட்டு போனா... அடுத்து நீ தப்பான முடிவுக்குப் போகக்கூடாது. என்னை நம்பி... நான் ஏற்படுத்தித் தர வாழ்க்கையை நீ ஏத்துக்கிட்டு... சந்தோஷமா வாழனும். " என்றான்.

அதைக் கேட்டவள் மனம்... "என் மாதையன் நிச்சயம் பணத்தை வாங்க மாட்டான். " என்று திடமாகக் கூற... தன் அண்ணனின் திட்டத்திற்கு ஆமோதிப்பாகத் தலையசைத்தாள். அவள் மறைந்திருக்க... அவளின் அண்ணன் மாதையனிடம் கத்தையாகப் பணத்தை எடுத்துக்கொடுத்தான். அவனும் சற்றும் தயங்காமல்... அதைப் பெற்றுக்கொண்டு புன்னகைத்தான். இதைத் தூரத்திலிருந்து பார்த்தவள் உள்ளம் உடைந்தது. அங்கிருந்து தன் இல்லம் நோக்கி ஓடினாள்.

"எல்லோரும் என்னை ஏமாத்தறாங்களே. என் அன்பை அவனுக்கு முழுமையா தந்தேனே... அவனும் என்னை இப்படி மோசம் பண்ணிட்டானே. பணம்... அதுக்காக என்னை நேசிக்கற மாதிரி நடிச்சிட்டானே... வீட்டுல உள்ளவங்க தான்.. கஷ்டப்படுத்தறாங்கன்னு நினைச்சு அழுதேன். இப்போ... இவனும்... ச்சே.... " என்றவள் துவண்டு போனாள். சில நாட்கள்... அழுதே கழித்தாள்.

****

"நான் உன்னை நம்பாம போனது தப்பு தான். எனக்கு என் மேலையே கோபம் இருக்கு. இல்லன்னு நான் சொல்லலே. ஆனா.. ஆனா... அப்ப நான் இருந்த சூழ்நிலை அப்படி. அழுது நாடகமாடி... என் மேல அன்பும் அக்கறையும் இருக்கறதா காட்டி... என்னை நம்ப வெச்சி ஏமாத்திட்டாங்க. அதுக்காகத் தான் அவங்களைப் பழிவாங்க-றேன். அவங்க பாசமா வளர்க்கற மகளை இழக்கும் போது.... என் வலியை அவங்களும் அனுபவிப்பாங்க. அதுக்காகத் தான் பழிவாங்க-றேன். அதை நிறுத்த மாட்டேன். மாதையா... உனக்குப் புரிய வெக்-கறேன். அவளைக் காவு வாங்கறேன். " என்று கத்திவிட்டு... அந்தக் கரும்புகை புயலாகப் புறப்பட்டது.

10

அத்தியாயம் - 10

ரகு தூக்கி வந்த தீக்ஷிதாவை... கோவில் அருகே கொண்டு சென்ற ஆன்மா... அந்தச் சாமியிடம் தன் வேண்டுதலை வைத்தது.

"இந்தப் பொண்ணைக் காப்பாத்தி... எங்க இரண்டு பேருக்கும் ஆன்ம சாந்தியை கொடு சாமி." என்றுவிட்டு தீக்ஷிதாவின் அருகே அமர்ந்து கொண்டான்.

மருது , ராசு , ராசாத்தி மூவரும் அவனை நெருங்கி சென்றனர். அவர்களை பார்த்த மாதையனின் ஆன்மா... "உங்க மகளை நான் காப்பாத்தி தரேன். பயப்படாம இருங்க." என்றது.

மருது... "நீங்க தான் அவங்களோட காதலனா ? " என்று கேட்டான்.

"ம்... அப்படியும் சொல்லலாம். எங்களுக்கு ஒருத்தரை ஒருத்தர் பிடிச்சிருந்தது. கொஞ்ச நாள் பேசி இருக்கோம். அதுக்காக ஊரை சுத்தினதோ... நெருக்கமா உட்கார்ந்து பேசினதோ இல்லை. பார்வையால தான் அதிகம் பேசிப்போம். சேர்ந்து வாழனும்னு ஆசைப்பட்டோம். ஆனா நடக்கல..."

"ஏன் நடக்கல ? அவங்க அண்ணன் உங்களை ஏதாவது பண்ணிட்-டாரா ? "

"அது... அவங்களை எப்படித் தப்புச் சொல்றது. என் தகுதிக்கு மீறி நான் ஆசைப்பட்டது என் தப்பு தானே ? "

"என்ன தகுதி பொல்லாத தகுதி ? " என்றது தீக்ஷிதாவின் குரல். அவள் கண்கள் கோபத்தில் சிவந்திருந்தது. "பாப்பா... " என்று அழைத்து அவளை நெருங்க முயன்ற ராசுவை தடுத்தான் மருது.

"அது... நம்ம பாப்பா இல்ல சித்தப்பா. " என்றவன் ஜாடை செய்ய ; அமைதியானான் ராசு. ராசாத்தி பயத்துடன் தன் மகளைப் பார்த்துக் கொண்டு நின்றிருந்தாள்.

"வந்துட்டியா பாரிஜாதம். " என்று கேட்டான் ரகு உடலில் இருந்த மாதையன்.

"ஆமாம்... வந்துட்டேன். ஏதோ தகுதி அது இதுன்னு சொன்னியே ? உன் தகுதி பார்த்து நான் உன்னை நேசிக்கல. அவங்களும் தகுதிக்-காக நம்மைப் பிரிக்கல. என் பேருல இருந்த சொத்துக்காகப் பிரிச்சாங்க. சுயநலக்காரங்க. " என்றாள் ஆவேசமாக.

"யாரோ சொன்னதை நம்பி ; என்னை நீயும் நம்பல தானே. என் தகுதி தானே அதுக்குக் காரணம். பணத்துக்காகத் தான் நான் உன்னை நேசிக்கறதா நீயும் நினைச்சது உண்மை தானே. "

"யாரோ சொன்னதை நம்பினேன்... கண்ணால பார்த்ததை நம்பி-னேன். உன்கிட்ட ஓடிவந்து உண்மை என்னன்னு நான் கேட்காதது தப்பு தான். நான் இல்லன்னு சொல்லலே... அந்த முட்டாள் தனத்துக்குத் தான் இந்தப் பாவி இப்படி அலையறேன். "

"இப்படி அலையறதால என்ன லாபம் ? "

"அப்போ உன்கிட்ட ஒரு மாதிரியும்... என்கிட்ட ஒருமாதிரியும் பேசி... நம்மை நம்ப வெச்சி ஏமாத்தினவங்களைச் சும்மா விடச் சொல்றியா ? "

"அவங்களைத் தான் பழிவாங்கிட்டியே ? இன்னும் ஏன் அலையறன்னு கேட்கறேன். "

"நான் சாபம் கொடுத்திருக்கேன். "

"அதை நிவர்த்திச் செய்ய இவங்க இருக்காங்க. "

"இவங்களா ? சுயநலவாதிகளுக்கு பிறந்தவங்க. இவங்க எப்படிச் செய் வாங்க. "

"செய்வாங்க... நம்பு. "

"நம்பி ஏமாந்தது போதும். "

மாதையன் மௌனமாக இருக்க... "நான் உன்னை நம்பாம போனது என் தப்பு தான். அதுக்காக உன்கிட்ட எத்தனை முறை வேணாலும் மன்னிப்பு கேட்பேன். ஆனா என்னை நம்ப வெச்சி ஏமாத்தினவங்களைச் சும்மா விட மாட்டேன். " என்ற தீக்ஷிதா சட்டென எழுந்து நின்றாள்.

"ஒரு நிமிஷம். நம்ம முன்னோர்... அதாவது உங்க பொறந்த வீட்டுக்காரங்க செஞ்சது தப்பு தான். அதை நாங்க நிவர்த்திச் செய்றோம். உங்க ஆசைப்படி... இந்தக் குலத்தில் இப்ப வரை அனாதையா இருக்கற நம்ம குலக்கொழுந்தை... நாங்க எங்க மகளா , சகோதரியா ஏத்துக்கிட்டு... அவங்களை நல்லபடியா வாழ வெக்கறோம். உங்களுக்குச் சாந்தி பண்ணி... உங்களோட அடுத்தப் பிறப்பை என் மகளா ஏத்துக்க நான் தயாரா இருக்கேன். உங்களை நல்லபடியா வளர்த்து உங்க மனசுக்கு பிடிச்சவரையே கல்யாணம் பண்ணி வெக்கறேன். இது நம்ம குலசாமி முனியப்பன் மேல ஆணை. " என்றான் மருது.

அவனையே தீர்க்கமாக பார்த்த தீக்ஷிதா மீண்டும் கீழே அமர்ந்தாள். அவள் சிந்தனை பின் நோக்கி ஓடியது.

***

வேதனையிலிருந்தவள் தலையை அன்புடன் வருடிக்கொடுத்தான் பாரிஜாதத்தின் அண்ணன்.

"ஏன் அண்ணா... நான் நேசிக்கற எல்லோரும் என்னை விட்டுட்டு போறாங்க? அம்மான்னா எனக்கு ரொம்பப் பிடிக்கும்... அவங்களும் இல்ல. அதுக்கு அப்புறம் அப்பா மேல அதிகப் பாசம் வெச்சேன். அவரும் போயிட்டாரு. இப்ப மாதையன்." என்று கேட்டாள் அழுகை- யுடன்.

"அதெல்லாம் ஒண்ணுமில்ல பாரிஜாதம். அம்மா அப்பாவோட இவனைச் சேர்க்காதே. இவன் பொய்யன். பணத்தை நீட்டினதும் எப்படி இழிச்சிக்கிட்டே வாங்கிட்டான் பார்த்தியா? "

"..."

"பாரிஜாதம்... அண்ணன் சொல்றதை தப்பா நினைக்காதே. அந்த மாதையனோட நீ பழகினது அரசல் புரசலா எல்லோருக்கும் தெரிய ஆரம்பிச்சிடுச்சு. இதனால உன் வாழ்க்கையும் கெட்டு... சின்னபுள்ள வாழ்க்கையும் கெட்டுடும். அதனால அண்ணன் உனக்குக் கல்யாணம் செஞ்சிவெச்சிடலாம்னு நினைக்கிறேன். நீ ஒத்துக்கிட்டா... பேசிடலாம். " என்றவனை விழிகள் நிறைந்த அதிர்வுடன் பார்த்தாள்.

"பையன் வேற யாரும் இல்ல... நம்ம சின்னம்மாவோட அண்ணன் மகன் தான். அதாவது அவங்க பெரியப்பா பேரன். அவனைக் கட்டிக்- கிட்டா... நீ காலம் பூராவும் மகாராணியா வாழலாம். "

"..."

"நான் இதை இப்பவே ஏன் செய்ய ஆசைப்படறேன்னா... உன் மேல இருக்கற சொத்துக்காக நான் உங்களைப் பிரிச்சதா... வேற யாராவது உன்கிட்ட சொன்னாலும் ஆச்சரியப்பட இல்ல. அதான். அதுக்கு முன்னாடி உன்னை மகாராணியா மாத்திக்காட்ட ஆசைப்பறேன். "

"..."

"பேசவா ? "

"..."

"உன் அமைதியை நான் சம்மதமா எடுத்துக்கறேன். அண்ணன் எது செஞ்சாலும் உன் நல்லதுக்குத் தான் செய்வேன். என்னை நம்பு... " என்றவன் அவள் தலையைத் தொட்டு அழுத்தமாக நீவிவிட்டு நகர்ந்தான்.

அவள் அனுமதி தேவையில்லை... என்ற நிலையில் தான் அவள் திருமண ஏற்பாடுகள் நடந்து. மன அமைதி இல்லாமல் மண்டபத்தில் அமர்ந்திருந்தவள் காதுகளில்... அவள் சிற்றன்னை மற்றும் தங்கையின் சம்பாஷனை கேட்டது.

"ஏன்ம்மா ! அண்ணன் எப்படி அக்காவைச் சம்மதிக்க வெச்சிது. பெரிய மாமா வேற ஒரு மாதிரியான ஆளு. அக்கா கல்யாணத்துக்கு முன்னாடி அவரைப் பார்த்தா... கல்யாணமே நின்னுடும். "

"அடியே... இத்தனை செஞ்ச எங்களுக்கு இது தெரியாதா ? அந்த வேலைக்கார பையன் இருந்தா தானே... இவ கல்யாணத்தை நிறுத்துவான் ? "

"அப்போ... அவனை என்ன செஞ்சீங்க ? "

"அவனைக் கல்லை கட்டி கிணத்துல தூக்கி போட்டாச்சு. "

"அம்மா... "

"கத்தாதடி... "

"அப்ப அவன் பணத்தை வாங்கிக்கிட்டு... வேற ஊருக்குப் போகலையா ? "

"அவன் இவளை கலட்டிவிடப் பணம் கேட்டான்னு சொன்னது பொய். அவன் அப்படிச் செய்வானா ? சின்னபுள்ளையில் இருந்து அவனைப் பார்க்கறேன். எனக்குத் தெரியாது ? அதான் உன் அக்கா கிட்ட அப்படிச் சொல்லிட்டு... அவன் கிட்ட மாடு வாங்கிவிட்டு வர பணம் தந்தோம். அதைப் பார்த்து உன் அக்கா ஏமாந்துட்டா... அவன் ஊருக்கு கிளம்பியதும்... அவன் பின்னாடியே போய் அவனை அடிச்சுக் கிணத்தில் தூக்கி போட்டாச்சு. இவ கல்யாணம் முடிஞ்சா போதும். எல்லாம் நமக்குச் சாதகமா மாறிடும். எப்படியும் உன் மாமா இவளை அடிச்சே கொன்னுடுவான். அப்புறம் என்ன ? சொத்தெல்லாம் நமக்குத் தான். " என்றார் பாரிஜாதத்தின் சிற்றன்னை.

இவற்றை எல்லாம் கேட்டு அதிர்ந்த பாரிஜாதம்... ஆக்ரோஷமாகி வெளியே வந்தாள். அவளைப் பார்த்து இருவரும் விக்கித்து நிற்க ; பாரிஜாதம் தன் சிற்றன்னையின் கழுத்தைப் பிடித்து நெரிக்க ஆரம்பித்தாள். அதைப் பார்த்து அவள் தங்கை சத்தமிட... அவளை அருகே இருந்த பித்தளை குவளையால் அடித்தாள். சிற்றன்னையையும் அடித்துக் காயப்படுத்தினாள் பாரிஜாதம். இருவரும் மயக்க நிலைக்குச் செல்ல... அவர்கள் அலறல் கேட்டு அங்கு வந்த பாரிஜாதத்தின் அண்ணன்... அங்கிருந்த கோலம் கண்டு அரண்டு போனான்.

"பாரி..ஜா..தம்.. " என்றவன் பயத்துடன் அழைக்க... அவளைக் கனல் பொங்கப் பார்த்தவள்... விடுவிடுவென மண்டபத்தின் மாடி நோங்கி ஓடினாள். மாடியின் விளும்பில் நின்றவள்..... "என்னை நம்ப வைத்து மோசம் செய்த இந்த வம்சத்தில் பிறக்கும் பெண் குழந்தைகள் திருமண வயதில் அகால மரணத்தை அடைவார்கள். அதைப் பார்த்து அவளது பெற்றோர் துடிதுடிப்பர். அதைப் பார்த்து நான் ரசிப்பேன். இது

நான் தரும் சாபம். என் அன்பு உண்மையானது எனில் இதை நிறை-வேற்று இறைவா ! " எனச் சத்தமிட்டவள் அந்த மண்டபத்தின் மாடி-யிலிருந்து பின்புறம் உள்ள கிணற்றில் குதித்து உயிர்விட்டாள்.

***

நினைவலையிலிருந்து திரும்பியவள்... "அன்னைக்கும் இப்படிப் பேசிதான் என்னை ஏமாத்தினீங்க. இப்பவும் இப்படிப் பேசி... என் மனசை மாத்திடலான்னு நினைக்கறீங்க இல்ல. அது நடக்காது டா... நடக்கவே நடக்காது. மறுபடியும் இந்தப் பாரிஜாதம் ஏமாற மாட்டா... " என்று கொக்கரித்து விட்டு... மீண்டும் அந்த மண்டபத்தை நோக்கி ஓடத்தொடங்கினாள்.

11

அத்தியாயம் - 11

"ஏதாவது பண்ணுங்க மாமா. நான் சொன்ன சொல்லை காப்பாத்துவேன். என் தங்கச்சியைக் காப்பாத்தி கொடுங்க. " என்று மாதையனின் ஆன்மாவிடம் கெஞ்சினான் மருது.

"என்னோட வா... " என்ற மாதையன் மருதுவோடு அந்த மண்டபத்தை நோக்கிச் சென்றான். அந்தரத்தில் தொங்கிக் கொண்டிருந்தாள் தீக்ஷிதா. மருதுவின் கண்கள் கண்ணீரால் பெருகியது.

"காப்பாத்துங்க... ப்ளீஸ்.. " என்றது அவன் குரல்.

ரகு உடலிலிருந்த மாதையன்... "பாரிஜாதம் , என்னை என் சொல்லை மறுபடியும் நீ நம்பல. இப்பவும் உனக்காகவே அருவமா அலையற என்னை , என் வார்த்தையை... நீ நம்பல. என் அன்பு பொய்யா போயிடுச்சு. நான் போறேன். உன் இஷ்டப்படி இப்படி அலஞ்சிக்கிட்டே இரு. கடைசி வரை நம்மோட நேசம் சேராமைலேயே போகட்டும். " என்று விட்டு ரகுவின் உடலிலிருந்து வெளியேறியது மாதையனின் ஆன்மா. ரகுவின் உடல் பொத்தெனக் கீழே விழுந்தது.

அதைக் கவனித்த பாரிஜாதம்... "என்னை விட்டுப் போகாதே மாதையா. எனக்கும் உன்னோட சேர்ந்து வாழ ஆசையா தான் இருக்கு. ஆனா இவங்களை நம்பி திரும்பவும் ஏமாந்து போக... என்னால முடியாது. என்னைப் புரிஞ்சிக்கோ. நில்லு..."

"நீங்க அப்படி நினைச்சா.... எனக்குக் கொஞ்சம் நேரம் கொடுங்க. அதுவரை என் தங்கச்சியைக் காவு வாங்காம உயிரோட இருக்க விடுங்க. நான் சொன்னபடி அம்மா , அப்பா இல்லாம கஷ்டப்படற

பொண்ணுக்குச் செய்ய வேண்டியதை செய்றேன். அது உங்களுக்குத் திருப்தியா இருந்தா... அடுத்து உங்களைச் சாந்திப்படுத்த ஏற்பாடு பண்-றேன். நான் சொன்ன சொல்லை நிறைவேத்தலன்னா... என்னையும் சேர்த்தே காவு வாங்கி... உங்க கோபத்தைத் தீர்த்துக்கோங்க. " என்று கெஞ்சினான் மருது.

சற்று நேரம் யோசித்த பாரிஜாதம் அதற்குச் சம்மதித்தாள். "சரி , சம்மதிக்கிறேன். ஆனா அதுவரை உன் தங்கச்சி... படுக்கையில் தான் இருப்பா. " என்றுவிட்டு மாதையனைத் தேடினாள்.

"மாதையா... எங்க இருக்க வா.. நான் இவனுக்கு ஒரு வாய்ப்புத் தந்திருக்கேன். " என்றிட... மீண்டும் ரகுவின் உடலுக்குள் புகுந்த மாதையனின் ஆன்மா... "அதுவரை இந்தப் பொண்ணுக்கு துணையா நான் இருப்பேன். " என்றது.

தீக்ஷிதாவின் உடல் பொத்தெனக் கீழே விழப் போக... ரகு பாய்ந்து சென்று பிடித்தான். மருதுவும் ஓடி வந்து அவளைத் தாங்கிக் கொண்-டான்.

"இப்ப இவளைக் கூட்டிக்கிட்டு போ மருது. நான் காத்திருப்பேன்... " என்றுவிட்டுக் கரும்புகை அந்த மண்டபத்திற்குள் சென்று மறைந்தது.

தீக்ஷிதாவை சுமந்த படி ரகுவும் மருதுவும் வீட்டுக்குச் சென்றனர். நடந்தவை அனைத்தையும் அனைவருக்கும் விவரித்த மருது... ரகுவை-யும் தீக்ஷிதாவை பத்திரமாகப் பார்த்துக் கொள்ளும்படி கூறினான்.

மறுநாள் விடியலில்... தங்களுக்குத் தெரியாமல் விட்டுப் போன சொந்தங்களைத் தேடி தன் பயணத்தைத் தொடங்கினான். பலரிடம் பேசி... குடும்ப மரத்தை வரைந்தான். தன்னிலிருந்து ஏழு தலைமு-றைக்கு முன்பு இருந்தவர் வரை... தேடிக் கண்டுபிடித்து ஒவ்வொரு குடும்பமாகப் பட்டியலிட்டான். பதினைந்து தினங்கள் உறங்காத விழி-யோடு அலைந்தவனுக்குப் புத்துணர்வு தரும்படி ஒரு செய்தி கிடைத்தது. அது நான்கு தலைமுறைக்கு முன் இந்த ஊரை விட்டுப் போன ஒரு குடும்பத்தைப் பற்றியது. அந்தக் குடும்பத்தைத் தேடி வேற்று மாநிலத்-துக்குப் போனான்.

நான்கைந்து நாட்கள் அலைந்ததில்... அவர்களின் குடும்ப உறுப்பி-னர்களைக் கண்டறிந்தான். அவர்களை ஒவ்வொரு குடும்பமாகப் பார்த்-துப் பேசி... அவர்கள் உறவில் யாரேனும் அம்மா அப்பா இல்லாத பெண் இருக்கிறாளா ? என விசாரித்தான். அப்படி விசாரித்த போது

தான் அப்படி ஒரு பெண் இருக்கிறாள் என்று தெரிந்தது. மனதில் தெம்பு பிறக்க.. அந்தப் பெண்ணைக் காணச் சென்றான். வீட்டு வேலை செய்து தன் வயிற்றுப்பாட்டைக் கவனித்து வந்தவளிடம் சென்று... அனைத்தையும் தெளிவாக எடுத்துக்கூறினான். அவளும் அவன் கூறுவதைத் தங்கள் குடும்பத்தில் நடந்த நிகழ்வுகளோடு ஒப்பிட்டுப் பார்த்தாள். அனைத்தும் ஒரே மாதிரி இருப்பதை உணர்ந்தாள். மருது

அவளைத் தன் தங்கையாக ஏற்றுக் கொள்வதாகக் கூறினான். அவளும் அவன் நிலைமையைத் தெரிந்து கொண்டு அவனோடு ஊருக்குப் பயணப்பட்டாள்.

அனைத்து உறவுகளும் முனியப்பன் சாமி கோவிலில் ஒன்று கூடி... அந்தப் பெண்ணை அனைவரும் மகளாக , சகோதரியாக மனமார ஏற்பதாக வாக்கு கொடுத்தனர். அடுத்து மருது அந்தப் பெண்ணுக்கு நல் வாழ்க்கை அமைத்துக் கொடுக்க ஏற்பாடு செய்தான். அவளும் அந்த வாழ்க்கையை ஏற்க... அவள் திருமணமும் நடந்து முடிந்தது.

மருதுவும் ரகுவும் பாரிஜாதத்தைத் தேடி அந்த மண்டபத்திற்கு வந்தனர்.

"நான் சொன்ன படி முதல் காரியத்தை நல்லபடியா முடிச்சிட்டேன். நீங்க... இப்பவாவது சாந்தியடையச் சம்மதிங்க. " என்று வேண்டி நின்றான். பாரிஜாதமும் மனம் மாறி சம்மதிக்க... மாதையனும் பாரிஜாதமும் சேர்ந்தே ஆன்ம சாந்தியை அடைந்தனர்.

தீக்ஷிதா பூரணமாகக் குணமாகி... தன் வாழ்க்கையைத் தொடர... ரகு எல்லாமே மறந்து தன் பழைய வாழ்க்கையைத் தேடி... ஊருக்குச் சென்றான். அவனைக் காணாது தவித்த அவன் குடும்பத்தார்... அவனைக் கண்டு மகிழ்ந்தனர்.

மருது அடுத்து வந்த முகூர்த்தத்தில் திருமணம் செய்து கொண்டான். அவனுக்கு இரண்டு ஆண்டுகள் கழித்துப் பெண் குழந்தை பிறந்தது. அதற்குப் பாரிஜாதம் என்றே பெயர் சூட்டி... அவளைக் கண்ணும் கருத்துமாக வளர்க்கத் தொடங்கினான்.

அவளுக்காக மாதையனும் எங்கேனும் பிறந்திருப்பான்... நேரம் வரும்போது அவளை வந்தடைவான். குலசாமி முனியப்பன் அவர்களுக்குத் துணை நிற்பார் என்ற நம்பிக்கையோடு... இவர்களிடம் இருந்து விடைபெறுவோம்.

யார் அழைப்பது !

முற்றும்

முடிவுரை:-

இக்கதை சட்டென முடிந்துவிட்டதே என்று யாரும் நினைக்க வேண்டாம். இதை திகில் கலந்த சிறுகதையாக எழுதியிருக்கிறேன். இதில் சொல்ல வேண்டிய கருத்தை சுருக்கமாக சொல்ல முயன்றிருக்கிறேன் . இக்கதையில் இடம்பெற்ற அனைவருமே கதை கருவின் காரணிகள். யாருமே நாயகனோ நாயகியோ அல்ல. இதன் காரணமாகவே தீக்ஷிதா - ரகு இணையவில்லை. இத்கதை படித்து ஊக்கம் தந்த அனைவருக்கும் என் நெஞ்சார்ந்த நன்றியை சமர்ப்பிக்கிறேன்.

என்றும் அன்புடன்,

சுஜாதா நடராஜன்.

www.ingramcontent.com/pod-product-compliance
Lightning Source LLC
LaVergne TN
LVHW041716060526
838201LV00043B/759
* 9 7 9 8 8 8 6 4 1 0 8 3 9 *